卞尺丹几乙し丹卞と
Translated Language Learning

The Communist Manifesto

Kommúnistaávarpið

Karl Marx & Friedrich Engels

English / Íslenska

Published by Tranzlaty
ISBN: 978-1-83566-467-4
Original text by Karl Marx and Friedrich Engels
The Communist Manifesto
First published in 1848
www.tranzlaty.com

Introduction
Kynning

A spectre is haunting Europe — the spectre of Communism
Draugur ásækir Evrópu - vofa kommúnismans
**All the Powers of old Europe have entered into a holy
alliance to exorcise this spectre**
Öll stórveldi gömlu Evrópu hafa gengið í heilagt bandalag til
að reka þessa vofu út
**Pope and Czar, Metternich and Guizot, French Radicals and
German police-spies**
Páfi og tsar, Metternich og Guizot, franskir róttæklingar og
þýskir lögreglunjósnarar
**Where is the party in opposition that has not been decried as
Communistic by its opponents in power?**
Hvar er sá flokkur sem er í stjórnarandstöðu sem ekki hefur
verið fordæmdur sem kommúnískur af andstæðingum sínum
við völd?
**Where is the Opposition that has not hurled back the
branding reproach of Communism, against the more
advanced opposition parties?**
Hvar er sú stjórnarandstaða sem hefur ekki varpað til baka
ávirðingum kommúnismans, gegn framsæknari
stjórnarandstöðuflokkum?
**And where is the party that has not made the accusation
against its reactionary adversaries?**
Og hvar er sá flokkur sem hefur ekki sett fram ásakanir á
hendur afturhaldssömum andstæðingum sínum?
Two things result from this fact
Tvennt leiðir af þessari staðreynd
**I. Communism is already acknowledged by all European
Powers to be itself a Power**
I. Kommúnismi er þegar viðurkenndur af öllum evrópskum
stórveldum að vera sjálfur stórveldi

II. It is high time that Communists should openly, in the face of the whole world, publish their views, aims and tendencies

II. Það er kominn tími til að kommúnistar birti opinberlega, andspænis öllum heiminum, skoðanir sínar, markmið og tilhneigingar

they must meet this nursery tale of the Spectre of Communism with a Manifesto of the party itself

þeir verða að mæta þessari barnasögu um vofu kommúnismans með stefnuskrá flokksins sjálfs

To this end, Communists of various nationalities have assembled in London and sketched the following Manifesto

Í þessu skyni hafa kommúnistar af ýmsum þjóðernum safnast saman í London og teiknað eftirfarandi stefnuskrá

this manifesto is to be published in the English, French, German, Italian, Flemish and Danish languages

Yfirlýsing þessi verður gefin út á ensku, frönsku, þýsku, ítölsku, flæmsku og dönsku

And now it is to be published in all the languages that Tranzlaty offers

Og nú á að gefa það út á öllum þeim tungumálum sem Tranzlaty býður upp á

Bourgeois and the Proletarians
Borgarastétin og öreigarnir

The history of all hitherto existing societies is the history of class struggles

Saga allra samfélaga sem hingað til hafa verið til er saga stéttabaráttu

Freeman and slave, patrician and plebeian, lord and serf, guild-master and journeyman

Frjáls maður og þræll, ættfaðir og plebei, herra og þjónn, gildameistari og sveinn

in a word, oppressor and oppressed

í einu orði sagt, kúgari og kúgaður

these social classes stood in constant opposition to one another

þessar þjóðfélagsstéttir stóðu í stöðugri andstöðu hver við aðra

they carried on an uninterrupted fight. Now hidden, now open

þeir héldu áfram samfelldri baráttu. Nú falið, nú opið

a fight that either ended in a revolutionary re-constitution of society at large

baráttu sem annað hvort endaði með byltingarkenndri endurskipulagningu samfélagsins í heild

or a fight that ended in the common ruin of the contending classes

eða bardaga sem endaði með sameiginlegri eyðileggingu stéttanna sem deildu um

let us look back to the earlier epochs of history

Lítum til baka til fyrri tímaskeiða sögunnar

we find almost everywhere a complicated arrangement of society into various orders

Við finnum næstum alls staðar flókið skipulag samfélagsins í ýmsar skipanir

there has always been a manifold gradation of social rank

það hefur alltaf verið margvísleg stigbreyting á félagslegri
stöðu

**In ancient Rome we have patricians, knights, plebeians,
slaves**

Í Róm til forna höfum við feðra, riddara, plebeia, þræla

**in the Middle Ages: feudal lords, vassals, guild-masters,
journeymen, apprentices, serfs**

á miðöldum: lénsherrar, hermenn, gildismeistarar, sveinar,
lærlingar, þrælar

in almost all of these classes, again, subordinate gradations

í næstum öllum þessum flokkum, aftur, víkjandi
stigskiptingar

**The modern Bourgeoisie society has sprouted from the ruins
of feudal society**

Nútíma borgarastéttarsamfélag hefur sprottið upp úr rústum
lénssamfélagsins

**but this new social order has not done away with class
antagonisms**

en þessi nýja þjóðfélagsskipan hefur ekki útrýmt
stéttaandstæðum

**It has but established new classes and new conditions of
oppression**

Það hefur aðeins komið á nýjum stéttum og nýjum
kúgunarskilyrðum

**it has established new forms of struggle in place of the old
ones**

það hefur komið á nýjum baráttuformum í stað þeirra gömlu

**however, the epoch we find ourselves in possesses one
distinctive feature**

Hins vegar býr tímabilið sem við erum á yfir sér eitt sérkenni

**the epoch of the Bourgeoisie has simplified the class
antagonisms**

tímabil borgarastéttarinnar hefur einfaldað
stéttaandstæðurnar

**Society as a whole is more and more splitting up into two
great hostile camps**

Samfélagið í heild er meira og meira að klofna í tvær stórar
fjandsamlegar fylkingar
two great social classes directly facing each other:
Bourgeoisie and Proletariat
tvær stórar þjóðfélagsstéttir beint andspænis hvor annarri:
Borgarastétt og verkalýður
From the serfs of the Middle Ages sprang the chartered
burghers of the earliest towns
Frá þrælum miðalda spruttu löggiltir borgarar elstu bæjanna
From these burgesses the first elements of the Bourgeoisie
were developed
Frá þessum borgarafundum þróuðust fyrstu þættir
borgarastéttarinnar
The discovery of America and the rounding of the Cape
Uppgötvun Ameríku og umferð Höfða
these events opened up fresh ground for the rising
Bourgeoisie
þessir atburðir opnuðu nýjan jarðveg fyrir hina rísandi
borgarastétt
The East-Indian and Chinese markets, the colonisation of
America, trade with the colonies
Austur-indverskir og kínverskir markaðir, nýlenduveldi
Ameríku, viðskipti við nýlendurnar
the increase in the means of exchange and in commodities
generally
Aukning á gjaldmiðlum og vöru almennt
these events gave to commerce, navigation, and industry an
impulse never before known
þessir atburðir gáfu verslun, siglingum og iðnaði hvata sem
aldrei áður hafði þekkst
it gave rapid development to the revolutionary element in
the tottering feudal society
það gaf byltingarþættinum í hinu hrörlega feudal samfélagi
hraða þróun
closed guilds had monopolised the feudal system of
industrial production

lokuð guild höfðu einokað feudal kerfi iðnaðarframleiðslu
but this no longer sufficed for the growing wants of the new markets
en það dugði ekki lengur til vaxandi þarfa hinna nýju markaða
The manufacturing system took the place of the feudal system of industry
Framleiðslukerfið kom í stað feudal iðnaðarkerfisins
The guild-masters were pushed on one side by the manufacturing middle class
Guild-meistaranum var ýtt til hliðar af miðstéttinni í framleiðslu
division of labour between the different corporate guilds vanished
Verkaskipting milli hinna ýmsu fyrirtækjafélaga hvarf
the division of labour penetrated each single workshop
verkaskiptingin smeygði sér inn í hvert einasta verkstæði
Meantime, the markets kept ever growing, and the demand ever rising
Á meðan héldu markaðir áfram að vaxa og eftirspurnin sífellt vaxandi
Even factories no longer sufficed to meet the demands
Jafnvel verksmiðjur dugðu ekki lengur til að mæta kröfunum
Thereupon, steam and machinery revolutionised industrial production
Í kjölfarið gjörbylti gufa og vélar iðnaðarframleiðslu
The place of manufacture was taken by the giant, Modern Industry
Framleiðslustaðurinn var tekinn af risastóru, nútíma iðnaði
the place of the industrial middle class was taken by industrial millionaires
Sæti iðnaðarmillistéttarinnar var tekið af iðnaðarmilljónamæringum
the place of leaders of whole industrial armies were taken by the modern Bourgeoisie

stöðu leiðtoga heilla iðnaðarherja var tekin af nútíma
borgarastétt
the discovery of America paved the way for modern industry
to establish the world market
uppgötvun Ameríku ruddi brautina fyrir nútíma iðnað til að
koma á heimsmarkaði
This market gave an immense development to commerce,
navigation, and communication by land
Þessi markaður gaf gríðarlega þróun í viðskiptum, siglingum
og samskiptum á landi
This development has, in its time, reacted on the extension
of industry
Þessi þróun hefur á sínum tíma haft áhrif á útbreiðslu
iðnaðarins
it reacted in proportion to how industry extended, and how
commerce, navigation and railways extended
það brást við í réttu hlutfalli við það hvernig iðnaðurinn
stækkaði og hvernig verslun, siglingar og járnbrautir
breiddust út
in the same proportion that the Bourgeoisie developed, they
increased their capital
í sama hlutfalli og borgarastéttin þróaðist, juku þeir fjármagn
sitt
and the Bourgeoisie pushed into the background every class
handed down from the Middle Ages
og borgarastéttin ýtti öllum stéttum frá miðöldum í
bakgrunninn
therefore the modern Bourgeoisie is itself the product of a
long course of development
þess vegna er nútíma borgarastétt sjálf afrakstur langrar
þróunar
we see it is a series of revolutions in the modes of
production and of exchange
við sjáum að þetta er röð byltinga í framleiðslu- og
skiptiháttum

Each developmental Bourgeoisie step was accompanied by a corresponding political advance

Hverju skrefi þróunarborgarastéttarinnar fylgdu samsvarandi pólitískar framfarir

An oppressed class under the sway of the feudal nobility

Kúguð stétt undir stjórn lénsaðalsmanna

an armed and self-governing association in the mediaeval commune

vopnað og sjálfstjórnarfélag í miðaldakommúnunni

here, an independent urban republic (as in Italy and Germany)

hér sjálfstætt borgarlýðveldi (eins og á Ítalíu og Þýskalandi)

there, a taxable "third estate" of the monarchy (as in France)

þar, skattskyld "þriðja ríki" konungsveldisins (eins og í Frakklandi)

afterwards, in the period of manufacture proper

eftir það, á eiginlegu framleiðslutímabili

the Bourgeoisie served either the semi-feudal or the absolute monarchy

borgarastéttin þjónaði annað hvort hálf-feudal eða algjöru konungsveldinu

or the Bourgeoisie acted as a counterpoise against the nobility

eða borgarastéttin virkaði sem mótvægi gegn aðalsmönnum

and, in fact, the Bourgeoisie was a corner-stone of the great monarchies in general

og í raun var borgarastéttin hornsteinn stórveldanna almennt

but Modern Industry and the world-market established itself since then

en nútímaiðnaðurinn og heimsmarkaðurinn hefur fest sig í sessi síðan

and the Bourgeoisie has conquered for itself exclusive political sway

og borgarastéttin hefur sigrað sér pólitísk völd

it achieved this political sway through the modern representative State

það náði þessum pólitísku yfirráðum í gegnum nútíma fulltrúaríki

The executives of the modern State are but a management committee

Framkvæmdastjórar nútímaríkisins eru aðeins stjórnunarnefnd

and they manage the common affairs of the whole of the Bourgeoisie

og þeir stjórna sameiginlegum málefnum allrar borgarastéttarinnar

The Bourgeoisie, historically, has played a most revolutionary part

Borgarastéttin hefur sögulega gegnt byltingarkenndu hlutverki

wherever it got the upper hand, it put an end to all feudal, patriarchal, and idyllic relations

Hvar sem það náði yfirhöndinni, batt það enda á öll léns-, feðraveldis- og friðsæl samskipti

It has pitilessly torn asunder the motley feudal ties that bound man to his "natural superiors"

Það hefur miskunnarlaust slitið í sundur þau brotakenndu lénsbönd sem bundu manninn við "náttúrulega yfirmenn" sína

and it has left remaining no nexus between man and man, other than naked self-interest

og hún hefur ekki skilið eftir nein tengsl milli manns og manns, önnur en nakin eiginhagsmunatengsl

man's relations with one another have become nothing more than callous "cash payment"

Samskipti mannsins sín á milli eru orðin að öðru en kaldranalegri "peningagreiðslu"

It has drowned the most heavenly ecstasies of religious fervour

Það hefur drekkt himneskri alsælu trúareldmóðs

it has drowned chivalrous enthusiasm and philistine sentimentalism

það hefur drekkt riddaralegum eldmóði og tilfinningasemi filistea

it has drowned these things in the icy water of egotistical calculation

það hefur drekkt þessum hlutum í ísköldu vatni sjálfhverfra útreikninga

It has resolved personal worth into exchangeable value

Það hefur leyst persónulegt virði í skiptanlegt verðmæti

it has replaced the numberless and indefeasible chartered freedoms

það hefur komið í stað óteljandi og óumflýjanlegs lögbundins frelsis

and it has set up a single, unconscionable freedom; Free Trade

og það hefur komið á einu, samviskulausu frelsi; Fríverslun

In one word, it has done this for exploitation

Í einu orði sagt, það hefur gert þetta til arðráns

exploitation veiled by religious and political illusions

arðrán hulið trúarlegum og pólitískum blekkingum

exploitation veiled by naked, shameless, direct, brutal exploitation

Arðrán hulin naktri, blygðunarlausri, beinni og hrottalegri misnotkun

the Bourgeoisie has stripped the halo off every previously honoured and revered occupation

borgarastéttin hefur svipt geislabaug af öllum áður virtum og virtum störfum

the physician, the lawyer, the priest, the poet, and the man of science

læknirinn, lögfræðingurinn, presturinn, skáldið og vísindamaðurinn

it has converted these distinguished workers into its paid wage labourers

það hefur breytt þessum virtu verkamönnum í launaða launamenn sína

The Bourgeoisie has torn the sentimental veil away from the family

Borgarastéttin hefur rifið tilfinningablæjuna af fjölskyldunni

and it has reduced the family relation to a mere money relation

og það hefur minnkað fjölskyldutengslin niður í peningatengsl

the brutal display of vigour in the Middle Ages which Reactionists so much admire

hrottalega sýning á þrótti á miðöldum sem afturhaldssinnar dást svo mikið að

even this found its fitting complement in the most slothful indolence

jafnvel þetta fann viðeigandi viðbót í letilegustu leti

The Bourgeoisie has disclosed how all this came to pass

Borgarastéttin hefur upplýst hvernig allt þetta gerðist

The Bourgeoisie have been the first to show what man's activity can bring about

Borgarastéttin hefur verið fyrst til að sýna fram á hvað athafnir mannsins geta komið til leiðar

It has accomplished wonders far surpassing Egyptian pyramids, Roman aqueducts, and Gothic cathedrals

Það hefur afrekað kraftaverk langt umfram egypska pýramída, rómverskar vatnsleiðslur og gotneskar dómkirkjur

and it has conducted expeditions that put in the shade all former Exoduses of nations and crusades

og það hefur staðið fyrir leiðöngrum sem setja í skugga allra fyrrverandi Exoduses þjóða og krossferða

The Bourgeoisie cannot exist without constantly revolutionising the instruments of production

Borgarastéttin getur ekki verið til án þess að umbylta stöðugt framleiðslutækjunum

and thereby it cannot exist without its relations to production

og þar með getur hún ekki verið til án tengsla við framleiðsluna

and therefore it cannot exist without its relations to society

og þess vegna getur hún ekki verið til án tengsla við samfélagið

all earlier industrial classes had one condition in common

Allar fyrri iðnstéttir áttu eitt sameiginlegt ástand

they relied on the conservation of the old modes of production

þeir treystu á varðveislu gömlu framleiðsluaðferðanna

but the Bourgeoisie brought with it a completely new dynamic

en borgarastéttin hafði með sér alveg nýja virkni

Constant revolutionizing of production and uninterrupted disturbance of all social conditions

Stöðug bylting framleiðslu og óslitin röskun á öllum félagslegum aðstæðum

this everlasting uncertainty and agitation distinguishes the Bourgeoisie epoch from all earlier ones

þessi eilífa óvissa og æsingur aðgreinir borgarastéttartímabilið frá öllum fyrri tímabilum

previous relations with production came with ancient and venerable prejudices and opinions

fyrri samskiptum við framleiðsluna fylgdu fornir og virðulegir fordómar og skoðanir

but all of these fixed, fast-frozen relations are swept away

En öllum þessum föstu, fastfrosnu samskiptum er sópað burt

all new-formed relations become antiquated before they can ossify

Öll nýmynduð tengsl verða úrelt áður en þau geta beinbrotnað

All that is solid melts into air, and all that is holy is profaned

Allt sem er fast bráðnar í loft og allt sem heilagt er vanhelgað

man is at last compelled to face with sober senses, his real conditions of life

Maðurinn neyðist loksins til að horfast í augu við raunveruleg lífsskilyrði sín með skynsemi

and he is compelled to face his relations with his kind

og hann neyðist til að horfast í augu við samskipti sín við sína tegund

The Bourgeoisie constantly needs to expand its markets for its products

Borgarastéttin þarf stöðugt að stækka markaði sína fyrir vörur sínar

and, because of this, the Bourgeoisie is chased over the whole surface of the globe

og vegna þessa er borgarastéttin elt um allt yfirborð jarðar

The Bourgeoisie must nestle everywhere, settle everywhere, establish connections everywhere

Borgarastéttin verður að hreiðra um sig alls staðar, setjast að alls staðar, koma á tengslum alls staðar

The Bourgeoisie must create markets in every corner of the world to exploit

Borgarastéttin verður að skapa markaði í hverju horni heimsins til að arðræna

the production and consumption in every country has been given a cosmopolitan character

Framleiðsla og neysla í hverju landi hefur fengið heimsborgaralegt yfirbragð

the chagrin of Reactionists is palpable, but it has carried on regardless

gremja afturhaldssinna er áþreifanleg, en hún hefur haldið áfram engu að síður

The Bourgeoisie have drawn from under the feet of industry the national ground on which it stood

Borgarastéttin hefur dregið undir fótum iðnaðarins þann þjóðargrundvöll sem hún stóð á

all old-established national industries have been destroyed, or are daily being destroyed

allar gamlar þjóðaratvinnugreinar hafa verið eyðilagðar eða eru daglega eyðilagðar

all old-established national industries are dislodged by new industries

Allar gamlar þjóðaratvinnugreinar eru hraknar af nýjum
atvinnugreinum

**their introduction becomes a life and death question for all
civilised nations**

innleiðing þeirra verður spurning upp á líf og dauða fyrir allar
siðmenntaðar þjóðir

**they are dislodged by industries that no longer work up
indigenous raw material**

þeir eru hraknir af iðnaði sem vinnur ekki lengur upp innlent
hráefni

**instead, these industries pull raw materials from the
remotest zones**

Þess í stað draga þessar atvinnugreinar hráefni frá
afskekktustu svæðum

**industries whose products are consumed, not only at home,
but in every quarter of the globe**

atvinnugreinar þar sem afurða er neytt, ekki aðeins heima,
heldur í öllum heimsfjórðungum

**In place of the old wants, satisfied by the productions of the
country, we find new wants**

Í stað hinna gömlu þarfa, fullnægt af framleiðslu landsins,
finnum við nýjar þarfir

**these new wants require for their satisfaction the products of
distant lands and climes**

Þessar nýju þarfir þurfa til að fullnægja afurðum fjarlægra
landa og loftslaga

**In place of the old local and national seclusion and self-
sufficiency, we have trade**

Í stað hinnar gömlu staðbundnu og þjóðlegu einangrunar og
sjálfsbjargarviðleitni höfum við viðskipti

**international exchange in every direction; universal inter-
dependence of nations**

alþjóðleg skipti í allar áttir; Alhliða gagnkvæmt háð þjóða

**and just as we have dependency on materials, so we are
dependent on intellectual production**

og rétt eins og við erum háð efnum, þannig erum við háð vitsmunalegri framleiðslu
The intellectual creations of individual nations become common property
Vitsmunaleg sköpun einstakra þjóða verður sameiginleg eign
National one-sidedness and narrow-mindedness become more and more impossible
Einhliða og þröngsýni þjóðarinnar verða sífellt ómögulegari
and from the numerous national and local literatures, there arises a world literature
og af hinum fjölmörgu innlendum og staðbundnum bókmenntum sprettur heimsbókmenntir
by the rapid improvement of all instruments of production
með skjótum framförum allra framleiðslutækja
by the immensely facilitated means of communication
með gríðarlega auðvelduðum samskiptaleiðum
The Bourgeoisie draws all (even the most barbarian nations) into civilisation
Borgarastéttin dregur alla (jafnvel villimannlegustu þjóðirnar) inn í siðmenninguna
The cheap prices of its commodities; the heavy artillery that batters down all Chinese walls
Ódýrt verð á vörum þess; stórskotaliðið sem berst niður alla kínverska múra
the barbarians' intensely obstinate hatred of foreigners is forced to capitulate
Ákaflega þrjóskt hatur barbaranna á útlendingum neyðist til að gefast upp
It compels all nations, on pain of extinction, to adopt the Bourgeoisie mode of production
Hún neyðir allar þjóðir, að viðlögðu útrýmingu, til að taka upp framleiðsluhætti borgarastéttarinnar
it compels them to introduce what it calls civilisation into their midst
það neyðir þá til að kynna það sem hún kallar siðmenningu mitt á meðal þeirra

The Bourgeoisie force the barbarians to become Bourgeoisie themselves

Borgarastéttin neyðir villimennina til að gerast sjálfir borgarastéttir

in a word, the Bourgeoisie creates a world after its own image

í einu orði sagt, borgarastéttin skapar heim eftir sinni eigin mynd

The Bourgeoisie has subjected the countryside to the rule of the towns

Borgarastéttin hefur lagt sveitirnar undir stjórn bæjanna

It has created enormous cities and greatly increased the urban population

Það hefur skapað gríðarstórar borgir og fjölgað íbúum í þéttbýli til muna

it rescued a considerable part of the population from the idiocy of rural life

það bjargaði töluverðum hluta íbúanna frá fávisku sveitalífsins

but it has made those in the the countryside dependent on the towns

en það hefur gert þá sem búa á landsbyggðinni háðir bæjunum

and likewise, it has made the barbarian countries dependent on the civilised ones

og sömuleiðis hefur það gert villimannalöndin háð hinum siðmenntuðu

nations of peasants on nations of Bourgeoisie, the East on the West

þjóðir bænda á þjóðir borgarastéttar, austur á vestur

The Bourgeoisie does away with the scattered state of the population more and more

Borgarastéttin afnemur sífellt dreift ástand íbúanna

It has agglomerated production, and has concentrated property in a few hands

Það hefur þétt framleiðslu og hefur samþjappað eignum á fáum höndum

The necessary consequence of this was political centralisation

Nauðsynleg afleiðing þessa var pólitísk miðstýring

there had been independent nations and loosely connected provinces

það höfðu verið sjálfstæðar þjóðir og lauslega tengd héruð

they had separate interests, laws, governments and systems of taxation

þeir höfðu aðskilda hagsmuni, lög, stjórnvöld og skattkerfi

but they have become lumped together into one nation, with one government

En þeim hefur verið steypt saman í eina þjóð, með einni ríkisstjórn

they now have one national class-interest, one frontier and one customs-tariff

þeir hafa nú eina þjóðarhagsmuni, eitt landamæri og einn toll

and this national class-interest is unified under one code of law

og þessir þjóðarhagsmunir eru sameinaðir í einum lagakóða

the Bourgeoisie has achieved much during its rule of scarce one hundred years

borgarastéttin hefur áorkað miklu á stjórn sinni í tæp hundrað ár

more massive and colossal productive forces than have all preceding generations together

Massameiri og gríðarlegri framleiðsluöfl en allar fyrri kynslóðir saman

Nature's forces are subjugated to the will of man and his machinery

Kraftar náttúrunnar eru undirokaðir vilja mannsins og véla hans

chemistry is applied to all forms of industry and types of agriculture

Efnafræði er beitt á hvers kyns iðnað og tegundir landbúnaðar

steam-navigation, railways, electric telegraphs, and the printing press
gufusiglingar, járnbrautir, rafsímar og prentvél
clearing of whole continents for cultivation, canalisation of rivers
hreinsun heilu heimsálfanna til ræktunar, skurðamyndun áa
whole populations have been conjured out of the ground and put to work
heilu stofnarnir hafa verið töfraðir upp úr jörðinni og settir í vinnu
what earlier century had even a presentiment of what could be unleashed?
Hvaða fyrri öld hafði yfirhöfuð fyrirboða um hvað hægt væri að leysa úr læðingi?
who predicted that such productive forces slumbered in the lap of social labour?
Hver spáði því að slík framleiðsluöfl blunduðu í kjöltu félagslegrar vinnu?
we see then that the means of production and of exchange were generated in feudal society
Við sjáum þá að framleiðslu- og skiptitækin urðu til í lénssamfélaginu
the means of production on whose foundation the Bourgeoisie built itself up
framleiðslutækin sem borgarastéttin byggði sig á
At a certain stage in the development of these means of production and of exchange
Á ákveðnu stigi í þróun þessara framleiðslu- og skiptatækja
the conditions under which feudal society produced and exchanged
við hvaða aðstæður lénssamfélagið framleiddi og skiptist á
the feudal organisation of agriculture and manufacturing industry
Lénsskipulag landbúnaðar og framleiðsluiðnaðar
the feudal relations of property were no longer compatible with the material conditions

lénstengsl eigna samrýmdust ekki lengur efnislegum skilyrðum

They had to be burst asunder, so they were burst asunder

Það varð að springa þá í sundur, svo þeir sprungu í sundur

Into their place stepped free competition from the productive forces

Í þeirra stað steig frjáls samkeppni frá framleiðsluöflunum

and they were accompanied by a social and political constitution adapted to it

og þeim fylgdi félagsleg og pólitísk stjórnarskrá sem var aðlöguð að henni

and it was accompanied by the economical and political sway of the Bourgeoisie class

og því fylgdi efnahagsleg og pólitísk yfirráð borgarastéttarinnar

A similar movement is going on before our own eyes

Svipuð hreyfing er í gangi fyrir augum okkar

Modern Bourgeoisie society with its relations of production, and of exchange, and of property

Nútíma borgarastéttarsamfélag með framleiðslu-, skipta- og eignatengslum

a society that has conjured up such gigantic means of production and of exchange

samfélag sem hefur töfrað fram svo risavaxnar framleiðslu- og skiptileiðir

it is like the sorcerer who called up the powers of the nether world

Það er eins og galdramaðurinn sem kallaði fram krafta undirheimsins

but he is no longer able to control what he has brought into the world

en hann er ekki lengur fær um að stjórna því sem hann hefur komið með í heiminn

For many a decade past history was tied together by a common thread

Í marga áratugi var sagan bundin saman af sameiginlegum þræði

the history of industry and commerce has been but the history of revolts

Saga iðnaðar og viðskipta hefur aðeins verið saga uppreisna

the revolts of modern productive forces against modern conditions of production

Uppreisnir nútíma framleiðsluafla gegn nútíma framleiðsluskilyrðum

the revolts of modern productive forces against property relations

Uppreisnir nútíma framleiðsluafla gegn eignasamskiptum

these property relations are the conditions for the existence of the Bourgeoisie

þessi eignatengsl eru skilyrði fyrir tilveru borgarastéttarinnar

and the existence of the Bourgeoisie determines the rules for property relations

og tilvist borgarastéttarinnar ákvarðar reglur um eignatengsl

it is enough to mention the periodical return of commercial crises

Það er nóg að minnast á reglubundna endurkomu viðskiptakreppu

each commercial crisis is more threatening to Bourgeoisie society than the last

hver viðskiptakreppa er meiri ógn við borgarastéttarsamfélagið en sú síðasta

In these crises a great part of the existing products are destroyed

Í þessum kreppum eyðileggst stór hluti þeirra afurða sem fyrir eru

but these crises also destroy the previously created productive forces

En þessar kreppur eyðileggja einnig framleiðsluöflin sem áður hafa skapast

in all earlier epochs these epidemics would have seemed an absurdity

Á öllum fyrri tímum hefðu þessir faraldrar virst fáránleiki
because these epidemics are the commercial crises of over-production
vegna þess að þessir faraldrar eru viðskiptakreppur offramleiðslu
Society suddenly finds itself put back into a state of momentary barbarism
Samfélagið er skyndilega komið aftur í augnabliks villimennsku
as if a universal war of devastation had cut off every means of subsistence
eins og allsherjarstríð eyðileggingar hefði lokað fyrir allar lífsviðurværisleiðir
industry and commerce seem to have been destroyed; and why?
iðnaður og verslun virðast hafa verið eyðilögð; og hvers vegna?
Because there is too much civilisation and means of subsistence
Vegna þess að það er of mikil siðmenning og lífsviðurværi
and because there is too much industry, and too much commerce
og vegna þess að það er of mikill iðnaður og of mikil verslun
The productive forces at the disposal of society no longer develop Bourgeoisie property
Framleiðsluöflin sem samfélagið hefur yfir að ráða þróa ekki lengur eignir borgarastéttarinnar
on the contrary, they have become too powerful for these conditions, by which they are fettered
þvert á móti eru þeir orðnir of öflugir fyrir þessar aðstæður, sem þeir eru fjötraðir af
as soon as they overcome these fetters, they bring disorder into the whole of Bourgeoisie society
um leið og þeir sigrast á þessum fjötrum koma þeir óreiðu inn í allt borgarastéttarsamfélagið

and the productive forces endanger the existence of Bourgeoisie property

og framleiðsluöflin stofna tilvist borgarastéttarinnar í hættu

The conditions of Bourgeoisie society are too narrow to comprise the wealth created by them

Aðstæður borgarastéttarsamfélagsins eru of þröngar til að samanstanda af þeim auði sem þær skapa

And how does the Bourgeoisie get over these crises?

Og hvernig kemst borgarastéttin yfir þessar kreppur?

On the one hand, it overcomes these crises by the enforced destruction of a mass of productive forces

Annars vegar sigrast hún á þessum kreppum með þvingaðri eyðileggingu fjölda framleiðsluafla

on the other hand, it overcomes these crises by the conquest of new markets

Á hinn bóginn sigrar það þessar kreppur með því að leggja undir sig nýja markaði

and it overcomes these crises by the more thorough exploitation of the old forces of production

og það sigrast á þessum kreppum með því að arðræna gömlu framleiðsluöflin

That is to say, by paving the way for more extensive and more destructive crises

Það er að segja með því að ryðja brautina fyrir umfangsmeiri og eyðileggjandi kreppur

it overcomes the crisis by diminishing the means whereby crises are prevented

það sigrast á kreppunni með því að draga úr þeim leiðum sem hægt er að koma í veg fyrir kreppur

The weapons with which the Bourgeoisie felled feudalism to the ground are now turned against itself

Vopnin sem borgarastéttin notaði til að fella feudalisma til jarðar snúast nú gegn sjálfri sér

But not only has the Bourgeoisie forged the weapons that bring death to itself

En borgarastéttin hefur ekki aðeins smíðað vopnin sem færa henni dauða

it has also called into existence the men who are to wield those weapons

það hefur einnig kallað fram mennina sem eiga að beita þessum vopnum

and these men are the modern working class; they are the proletarians

og þessir menn eru nútíma verkalýðsstétt; þeir eru öreigarnir

In proportion as the Bourgeoisie is developed, in the same proportion is the Proletariat developed

Í sama hlutfalli og borgarastéttin þróast, þróast öreigastéttin í sama hlutfalli

the modern working class developed a class of labourers

Nútíma verkalýðsstétt þróaði stétt verkamanna

this class of labourers live only so long as they find work

Þessi stétt verkamanna lifir aðeins svo lengi sem þeir fá vinnu

and they find work only so long as their labour increases capital

og þeir fá aðeins vinnu svo lengi sem vinna þeirra eykur fjármagn

These labourers, who must sell themselves piece-meal, are a commodity

Þessir verkamenn, sem verða að selja sig smátt og smátt, eru verslunarvara

these labourers are like every other article of commerce

þessir verkamenn eru eins og hver önnur verslunargrein

and they are consequently exposed to all the vicissitudes of competition

og þar af leiðandi verða þeir berskjaldaðir fyrir öllum hverfulleikum samkeppninnar

they have to weather all the fluctuations of the market

þeir verða að standast allar sveiflur markaðarins

Owing to the extensive use of machinery and to division of labour

Vegna mikillar notkunar véla og verkaskiptingar

the work of the proletarians has lost all individual character
Verk öreiganna hafa glatað öllum einstaklingseinkennum
and consequently, the work of the proletarians has lost all charm for the workman
og þar af leiðandi hafa verk öreiganna misst allan þokka fyrir verkamanninn
He becomes an appendage of the machine, rather than the man he once was
Hann verður viðhengi vélarinnar, frekar en maðurinn sem hann var einu sinni
only the most simple, monotonous, and most easily acquired knack is required of him
Aðeins einfaldasta, einhæfasta og auðveldasta hæfileika hans er krafist af honum
Hence, the cost of production of a workman is restricted
Þess vegna er framleiðslukostnaður verkamanns takmarkaður
it is restricted almost entirely to the means of subsistence that he requires for his maintenance
það er nánast eingöngu bundið við þau lífsviðurværi sem hann þarfnast til framfærslu sinnar
and it is restricted to the means of subsistence that he requires for the propagation of his race
og það er takmarkað við lífsviðurværið sem hann þarfnast til að fjölga kynþætti sínum
But the price of a commodity, and therefore also of labour, is equal to its cost of production
En verð vöru og þar af leiðandi vinnuafls er jafnt framleiðslukostnaði hennar
In proportion, therefore, as the repulsiveness of the work increases, the wage decreases
Í réttu hlutfalli við það sem fráhrindandi starfið eykst, lækka launin
Nay, the repulsiveness of his work increases at an even greater rate
Nei, fráhrindandi verk hans aukast enn hraðar

as the use of machinery and division of labour increases, so does the burden of toil

Eftir því sem notkun véla og verkaskipting eykst, eykst erfiðisbyrðin

the burden of toil is increased by prolongation of the working hours

Álag stritsins eykst með lengingu vinnutíma

more is expected of the labourer in the same time as before

Meira er ætlast til af verkamanninum á sama tíma og áður

and of course the burden of the toil is increased by the speed of the machinery

og auðvitað eykst byrði erfiðisins með hraða vélanna

Modern industry has converted the little workshop of the patriarchal master into the great factory of the industrial capitalist

Nútímaiðnaður hefur breytt litlu verkstæði feðraveldismeistarans í hina miklu verksmiðju iðnaðarkapítalistans

Masses of labourers, crowded into the factory, are organised like soldiers

Fjöldi verkamanna, sem hópast saman í verksmiðjunni, er skipulagður eins og hermenn

As privates of the industrial army they are placed under the command of a perfect hierarchy of officers and sergeants

Sem hermenn iðnaðarhersins eru þeir settir undir stjórn fullkomins stigveldis foringja og liðþjálfa

they are not only the slaves of the Bourgeoisie class and State

þeir eru ekki aðeins þrælar borgarastéttarinnar og ríkisins

but they are also daily and hourly enslaved by the machine

en þeir eru líka daglega og á klukkutíma fresti þrælkaðir af vélinni

they are enslaved by the over-looker, and, above all, by the individual Bourgeoisie manufacturer himself

þeir eru hnepptir í þrældóm af áhorfandanum og umfram allt af hinum einstaka borgarastéttarframleiðanda sjálfum

The more openly this despotism proclaims gain to be its end
and aim, the more petty, the more hateful and the more
embittering it is

Því opinskárra sem þessi einræðisstefna lýsir því yfir að
ávinningur sé markmið hans og markmið, því smávægilegri,
því hatursfyllri og bitrari er hún

the more modern industry becomes developed, the lesser are
the differences between the sexes

Því meira sem nútímaiðnaður þróast, því minni er munurinn á
kynjunum

The less the skill and exertion of strength implied in manual
labour, the more is the labour of men superseded by that of
women

Því minni sem kunnátta og áreynsla af kröftum felst í
líkamlegri vinnu, því meira er vinna karla leyst af stað kvenna

Differences of age and sex no longer have any distinctive
social validity for the working class

Aldurs- og kynmunur hefur ekki lengur neitt sérstakt
félagslegt gildi fyrir verkalýðinn

All are instruments of labour, more or less expensive to use,
according to their age and sex

Allt eru þau vinnutæki, meira eða minna dýr í notkun, eftir
aldri og kyni

as soon as the labourer receives his wages in cash, than he is
set upon by the other portions of the Bourgeoisie

um leið og verkamaðurinn fær laun sín í peningum, þá er
hann settur á hann af öðrum hlutum borgarastéttarinnar

the landlord, the shopkeeper, the pawnbroker, etc

leigusala, verslunareigandi, veðlánasali o.s.frv

The lower strata of the middle class; the small trades people
and shopkeepers

Lægri lög millistéttarinnar; smáverslunarfólkið og
verslunareigendurnir

the retired tradesmen generally, and the handicraftsmen and
peasants

iðnaðarmenn á eftirlaunum almennt, og handverksmenn og
bændur
all these sink gradually into the Proletariat
allt þetta sökkva smám saman í öreigastéttina
**partly because their diminutive capital does not suffice for
the scale on which Modern Industry is carried on**
að hluta til vegna þess að lítið fjármagn þeirra nægir ekki fyrir
þann mælikvarða sem nútímaiðnaður er rekinn á
**and because it is swamped in the competition with the large
capitalists**
og vegna þess að það er kaffært í samkeppni við
stórkapítalista
**partly because their specialized skill is rendered worthless
by the new methods of production**
að hluta til vegna þess að sérhæfð kunnátta þeirra er einskis
virði með nýjum framleiðsluaðferðum
**Thus the Proletariat is recruited from all classes of the
population**
Þannig er öreigastéttin ráðin úr öllum stéttum íbúanna
The Proletariat goes through various stages of development
Verkalýðurinn gengur í gegnum ýmis þróunarstig
With its birth begins its struggle with the Bourgeoisie
Með fæðingu hennar hefst baráttan við borgarastéttina
At first the contest is carried on by individual labourers
Í fyrstu er keppnin háð af einstökum verkamönnum
then the contest is carried on by the workpeople of a factory
síðan er keppnin haldin áfram af verkamönnum
verksmiðjunnar
**then the contest is carried on by the operatives of one trade,
in one locality**
síðan er keppnin háð af starfsmönnum einnar iðngreinar, á
einum stað
**and the contest is then against the individual Bourgeoisie
who directly exploits them**
og baráttan er þá gegn einstakri borgarastétt sem arðrænir
hana beint

They direct their attacks not against the Bourgeoisie conditions of production

Þeir beina árásum sínum ekki gegn framleiðsluskilyrðum borgarastéttarinnar

but they direct their attack against the instruments of production themselves

en þeir beina árás sinni að framleiðslutækjunum sjálfum

they destroy imported wares that compete with their labour

þeir eyðileggja innfluttan varning sem keppir við vinnuafl þeirra

they smash to pieces machinery and they set factories ablaze

þeir brjóta í sundur vélar og þeir kveikja í verksmiðjum

they seek to restore by force the vanished status of the workman of the Middle Ages

þeir leitast við að endurheimta með valdi horfna stöðu verkamanns miðalda

At this stage the labourers still form an incoherent mass scattered over the whole country

Á þessu stigi mynda verkamennirnir enn samhengislausan massa sem dreifist um allt landið

and they are broken up by their mutual competition

og þeir eru sundraðir af gagnkvæmri samkeppni sinni

If anywhere they unite to form more compact bodies, this is not yet the consequence of their own active union

Ef þeir sameinast einhvers staðar og mynda þéttari líkama, er það ekki enn afleiðing af virkri sameiningu þeirra eigin

but it is a consequence of the union of the Bourgeoisie, to attain its own political ends

en það er afleiðing af sameiningu borgarastéttarinnar, að ná sínum eigin pólitísku markmiðum

the Bourgeoisie is compelled to set the whole Proletariat in motion

borgarastéttin er neydd til að koma allri öreigastéttinni af stað

and moreover, for a time being, the Bourgeoisie is able to do so

og þar að auki getur borgarastéttin gert það um tíma

At this stage, therefore, the proletarians do not fight their enemies

Á þessu stigi berjast öreigarnir því ekki við óvini sína

but instead they are fighting the enemies of their enemies

heldur berjast þeir við óvini óvina sinna

the fight the remnants of absolute monarchy and the landowners

berjast við leifar algjörs konungsveldis og landeigenda

they fight the non-industrial Bourgeoisie; the petty Bourgeoisie

þeir berjast gegn borgarastéttinni; smáborgarastéttin

Thus the whole historical movement is concentrated in the hands of the Bourgeoisie

Þannig er öll sögulega hreyfingin einbeitt í höndum borgarastéttarinnar

every victory so obtained is a victory for the Bourgeoisie

sérhver sigur sem þannig fæst er sigur fyrir borgarastéttina

But with the development of industry the Proletariat not only increases in number

En með þróun iðnaðarins eykst öreigastéttinni ekki aðeins að fjölda

the Proletariat becomes concentrated in greater masses and its strength grows

öreigastéttin safnast saman í meiri fjölda og styrkur hans vex

and the Proletariat feels that strength more and more

og öreigastéttin finnur fyrir þeim styrk æ meir

The various interests and conditions of life within the ranks of the Proletariat are more and more equalised

Hinir ýmsu hagsmunir og lífskjör innan raða öreigastéttarinnar jafnast æ meir

they become more in proportion as machinery obliterates all distinctions of labour

þær verða hlutfallslegri eftir því sem vélarnar afmáðu alla aðgreiningu vinnunnar

and machinery nearly everywhere reduces wages to the same low level

og vélar næstum alls staðar lækka laun niður í sama lágmark

The growing competition among the Bourgeoisie, and the resulting commercial crises, make the wages of the workers ever more fluctuating

Vaxandi samkeppni meðal borgarastéttarinnar og viðskiptakreppan sem af henni leiðir, gerir laun verkamanna sífellt sveiflukenndari

The unceasing improvement of machinery, ever more rapidly developing, makes their livelihood more and more precarious

Stöðugar endurbætur á vélbúnaði, sem þróast sífellt hraðar, gera lífsviðurværi þeirra sífellt ótryggara

the collisions between individual workmen and individual Bourgeoisie take more and more the character of collisions between two classes

árekstrar einstakra verkamanna og einstakrar borgarastéttar taka æ meir á sig einkenni árekstra tveggja stétta

Thereupon the workers begin to form combinations (Trades Unions) against the Bourgeoisie

Þá byrja verkamennirnir að mynda samtök (verkalýðsfélög) gegn borgarastéttinni

they club together in order to keep up the rate of wages

þeir slást saman til að halda uppi launum

they found permanent associations in order to make provision beforehand for these occasional revolts

þeir stofnuðu varanleg samtök til að gera ráðstafanir fyrir þessum einstaka uppreisnum

Here and there the contest breaks out into riots

Hér og þar brýst keppnin út í óeirðir

Now and then the workers are victorious, but only for a time

Af og til sigra verkamennirnir, en aðeins um tíma

The real fruit of their battles lies, not in the immediate result, but in the ever-expanding union of the workers

Hinn raunverulegi ávöxtur baráttu þeirra liggur ekki í tafarlausum árangri, heldur í sístækkandi sameiningu verkamanna

This union is helped on by the improved means of communication that are created by modern industry

Þetta stéttarfélag nýtur góðs af bættum samskiptaleiðum sem nútíma iðnaður skapar

modern communication places the workers of different localities in contact with one another

nútíma samskipti setja starfsmenn mismunandi byggðarlaga í samband hver við annan

It was just this contact that was needed to centralise the numerous local struggles into one national struggle between classes

Það var einmitt þessi samskipti sem þurfti til að miðstýra hinum fjölmörgu staðbundnu báráttu í eina þjóðarbáráttu milli stétta

all of these struggles are of the same character, and every class struggle is a political struggle

Öll þessi barátta er af sama toga og sérhver stéttabarátta er pólitísk barátta

the burghers of the Middle Ages, with their miserable highways, required centuries to form their unions

borgarar miðalda, með ömurlegum þjóðvegum sínum, þurftu aldir til að stofna stéttarfélög sín

the modern proletarians, thanks to railways, achieve their unions within a few years

nútíma öreiga, þökk sé járnbrautum, ná sambandi sínu innan fárra ára

This organisation of the proletarians into a class consequently formed them into a political party

Þessi skipulagning öreiganna í stétt gerði þá þar af leiðandi að stjórnmálaflokki

the political class is continually being upset again by the competition between the workers themselves

Stjórnmálastéttin er sífellt í uppnámi vegna samkeppninnar milli verkamannanna sjálfra

But the political class continues to rise up again, stronger, firmer, mightier

En stjórnmálastéttin heldur áfram að rísa upp á ný, sterkari, ákveðnari, voldugri

It compels legislative recognition of particular interests of the workers

Það krefst lögbundinnar viðurkenningar á sérstökum hagsmunum verkafólks

it does this by taking advantage of the divisions among the Bourgeoisie itself

það gerir það með því að nýta sér klofninginn meðal borgarastéttarinnar sjálfrar

Thus the ten-hours' bill in England was put into law

Þannig var tíu klukkustunda frumvarpið í Englandi sett í lög

in many ways the collisions between the classes of the old society further is the course of development of the Proletariat

á margan hátt eru árekstur stétta gamla samfélagsins ennfremur þróunarferill öreigastéttarinnar

The Bourgeoisie finds itself involved in a constant battle

Borgarastéttin lendir í stöðugri baráttu

At first it will find itself involved in a constant battle with the aristocracy

Í fyrstu mun það lenda í stöðugri baráttu við aðalinn

later on it will find itself involved in a constant battle with those portions of the Bourgeoisie itself

síðar mun hún lenda í stöðugri baráttu við þessa hluta borgarastéttarinnar sjálfrar

and their interests will have become antagonistic to the progress of industry

og hagsmunir þeirra munu hafa orðið andstæðir framförum iðnaðarins

at all times, their interests will have become antagonistic with the Bourgeoisie of foreign countries

á öllum tímum munu hagsmunir þeirra hafa orðið andstæðir borgarastétt erlendra landa

In all these battles it sees itself compelled to appeal to the Proletariat, and asks for its help

Í öllum þessum orrustum sér hún sig knúin til að höfða til öreigastéttarinnar og biður um hjálp hennar

and thus, it will feel compelled to drag it into the political arena

og þannig mun það finna sig knúið til að draga það inn á pólitískan vettvang

The Bourgeoisie itself, therefore, supplies the Proletariat with its own instruments of political and general education

Borgarastéttin sjálf sér því öreigastéttinni fyrir sínum eigin tækjum til pólitískrar og almennrar menntunar

in other words, it furnishes the Proletariat with weapons for fighting the Bourgeoisie

með öðrum orðum, það útvegar öreigastéttinni vopn til að berjast gegn borgarastéttinni

Further, as we have already seen, entire sections of the ruling classes are precipitated into the Proletariat

Ennfremur, eins og við höfum þegar séð, eru heilu hlutar valdastéttanna steyptir inn í öreigastéttina

the advance of industry sucks them into the Proletariat

framgangur iðnaðarins sogar þá inn í öreigastéttina

or, at least, they are threatened in their conditions of existence

eða að minnsta kosti er þeim ógnað í tilveruskilyrðum sínum

These also supply the Proletariat with fresh elements of enlightenment and progress

Þetta veitir einnig öreigastéttinni nýja þætti uppljómunar og framfara

Finally, in times when the class struggle nears the decisive hour

Að lokum, á tímum þegar stéttabaráttan nálgast úrslitastundina

the process of dissolution going on within the ruling class

Upplausnarferlið sem er í gangi innan valdastéttarinnar

in fact, the dissolution going on within the ruling class will be felt within the whole range of society

í raun mun upplausnin sem á sér stað innan valdastéttarinnar finnast innan alls samfélagsins

it will take on such a violent, glaring character, that a small section of the ruling class cuts itself adrift

hún mun taka á sig svo ofbeldisfullan og áberandi karakter að lítill hluti valdastéttarinnar sker sig á reki

and that ruling class will join the revolutionary class

og sú valdastétt mun ganga til liðs við byltingarstéttina

the revolutionary class being the class that holds the future in its hands

byltingarstéttin er sú stétt sem heldur framtíðinni í höndum sér

Just as at an earlier period, a section of the nobility went over to the Bourgeoisie

Rétt eins og á fyrri tímum fór hluti aðalsmanna yfir til borgarastéttarinnar

the same way a portion of the Bourgeoisie will go over to the Proletariat

á sama hátt mun hluti borgarastéttarinnar fara yfir til öreigastéttarinnar

in particular, a portion of the Bourgeoisie will go over to a portion of the Bourgeoisie ideologists

einkum mun hluti borgarastéttarinnar fara yfir til hluta hugmyndafræðinga borgarastéttarinnar

Bourgeoisie ideologists who have raised themselves to the level of comprehending theoretically the historical movement as a whole

Hugmyndafræðingar borgarastéttarinnar sem hafa lyft sér upp á það stig að skilja fræðilega sögulegu hreyfinguna í heild sinni

Of all the classes that stand face to face with the Bourgeoisie today, the Proletariat alone is a really revolutionary class

Af öllum þeim stéttum sem standa augliti til auglitis við borgarastéttina í dag er öreigastéttin ein raunveruleg byltingarstétt

The other classes decay and finally disappear in the face of Modern Industry

Hinar stéttir hnigna og hverfa að lokum andspænis nútímaiðnaði

the Proletariat is its special and essential product

öreigastéttin er sérstök og nauðsynleg afurð hennar

The lower middle class, the small manufacturer, the shopkeeper, the artisan, the peasant

Lægri millistétt, smáframleiðandinn, verslunareigandinn, handverksmaðurinn, bóndinn

all these fight against the Bourgeoisie

öll þessi barátta gegn borgarastéttinni

they fight as fractions of the middle class to save themselves from extinction

þeir berjast sem brot af millistéttinni til að bjarga sér frá útrýmingu

They are therefore not revolutionary, but conservative

Þeir eru því ekki byltingarsinnaðir, heldur íhaldssamir

Nay more, they are reactionary, for they try to roll back the wheel of history

Nei, þeir eru afturhaldssamir, því þeir reyna að snúa hjóli sögunnar aftur

If by chance they are revolutionary, they are so only in view of their impending transfer into the Proletariat

Ef þeir eru byltingarsinnaðir, þá eru þeir það aðeins í ljósi yfirvofandi flutnings þeirra til öreigastéttarinnar

they thus defend not their present, but their future interests

þeir verja þannig ekki nútíð sína, heldur framtíðarhagsmuni sína

they desert their own standpoint to place themselves at that of the Proletariat

þeir yfirgefa eigin afstöðu til að staðsetja sig í stöðu öreigastéttarinnar

The "dangerous class," the social scum, that passively rotting mass thrown off by the lowest layers of old society

"Hættulega stéttin", félagslega skítinn, þessi aðgerðalausi
rotnandi massi sem neðstu lög gamla samfélagsins kasta af sér
they may, here and there, be swept into the movement by a
proletarian revolution
Þeir gætu hér og þar hrifist inn í hreyfinguna af öreigabyltingu
its conditions of life, however, prepare it far more for the
part of a bribed tool of reactionary intrigue
lífsskilyrði þess búa það hins vegar mun meira undir hlutverk
mútuboðs afturhaldsráðabruggs
In the conditions of the Proletariat, those of old society at
large are already virtually swamped
Í aðstæðum öreigastéttarinnar eru aðstæður gamla
samfélagsins í heild nú þegar nánast yfirfullar
The proletarian is without property
Öreiginn er eignalaus
his relation to his wife and children has no longer anything
in common with the Bourgeoisie's family-relations
tengsl hans við eiginkonu sína og börn eiga ekki lengur neitt
sameiginlegt með fjölskyldutengslum borgarastéttarinnar
modern industrial labour, modern subjection to capital, the
same in England as in France, in America as in Germany
nútíma iðnaðarvinnu, nútíma undirgefni við kapítalið, hið
sama í Englandi og Frakklandi, í Ameríku og í Þýskalandi
his condition in society has stripped him of every trace of
national character
Ástand hans í samfélaginu hefur svipt hann öllum votti af
þjóðerniseðli
Law, morality, religion, are to him so many Bourgeoisie
prejudices
Lög, siðferði, trúarbrögð eru honum svo margir fordómar
borgarastéttarinnar
and behind these prejudices lurk in ambush just as many
Bourgeoisie interests
og á bak við þessa fordóma leynast í launsátri jafn margir
hagsmunir borgarastéttarinnar

All the preceding classes that got the upper hand, sought to fortify their already acquired status

Allar fyrri stéttirnar, sem náðu yfirhöndinni, reyndu að styrkja stöðu sína sem þegar hafði verið áunnin

they did this by subjecting society at large to their conditions of appropriation

þeir gerðu þetta með því að setja samfélagið í heild undir eignarnámsskilyrði sín

The proletarians cannot become masters of the productive forces of society

Öreigarnir geta ekki orðið herrar framleiðsluafla samfélagsins

it can only do this by abolishing their own previous mode of appropriation

það getur aðeins gert þetta með því að afnema eigin fyrri aðferð til eignarnáms

and thereby it also abolishes every other previous mode of appropriation

og þar með afnemur það einnig allar aðrar fyrri aðferðir við eignarnám

They have nothing of their own to secure and to fortify

Þeir hafa ekkert til að tryggja og styrkja

their mission is to destroy all previous securities for, and insurances of, individual property

hlutverk þeirra er að eyðileggja öll fyrri verðbréf fyrir og tryggingar á eignum einstaklinga

All previous historical movements were movements of minorities

Allar fyrri sögulegar hreyfingar voru hreyfingar minnihlutahópa

or they were movements in the interests of minorities

eða þær voru hreyfingar í þágu minnihlutahópa

The proletarian movement is the self-conscious, independent movement of the immense majority

Öreigahreyfingin er sjálfsmeðvituð, sjálfstæð hreyfing hins mikla meirihluta

**and it is a movement in the interests of the immense
majority**
og það er hreyfing í þágu hins mikla meirihluta
The Proletariat, the lowest stratum of our present society
Öreigastéttin, lægsta lag nútímasamfélags
**it cannot stir or raise itself up without the whole
superincumbent strata of official society being sprung into
the air**
það getur ekki hrærst eða risið upp án þess að öll yfirlög hins
opinbera samfélags séu sprottin upp í loftið
**Though not in substance, yet in form, the struggle of the
Proletariat with the Bourgeoisie is at first a national struggle**
Þótt hún sé ekki efnislega en samt í formi, er barátta
öreigastéttarinnar við borgarastéttina í fyrstu þjóðarbarátta
**The Proletariat of each country must, of course, first of all
settle matters with its own Bourgeoisie**
Öreigastéttin í hverju landi verður að sjálfsögðu fyrst og
fremst að gera upp málin við sína eigin borgarastétt
**In depicting the most general phases of the development of
the Proletariat, we traced the more or less veiled civil war**
Þegar við lýstum almennustu stigum þróunar
öreigastéttarinnar, raktum við meira og minna dulbúna
borgarastyrjöldina
this civil is raging within existing society
þessi borgaralega geisar innan núverandi samfélags
**it will rage up to the point where that war breaks out into
open revolution**
það mun geisa að því marki að það stríð brýst út í opna
byltingu
**and then the violent overthrow of the Bourgeoisie lays the
foundation for the sway of the Proletariat**
og síðan leggur ofbeldisfullt fall borgarastéttarinnar grunninn
að valdaráði öreigastéttarinnar
**Hitherto, every form of society has been based, as we have
already seen, on the antagonism of oppressing and
oppressed classes**

Hingað til hafa allar tegundir samfélaga byggst, eins og við höfum þegar séð, á andstöðu kúgandi og kúgaðra stétta
But in order to oppress a class, certain conditions must be assured to it
En til þess að kúga stétt verður að tryggja henni ákveðin skilyrði
the class must be kept under conditions in which it can, at least, continue its slavish existence
Stéttinni verður að halda við aðstæður þar sem hún getur að minnsta kosti haldið áfram þrælbundinni tilveru sinni
The serf, in the period of serfdom, raised himself to membership in the commune
Þjónninn, á tímabili ánauðarinnar, hóf sig upp til aðildar að kommúnunni
just as the petty Bourgeoisie, under the yoke of feudal absolutism, managed to develop into a Bourgeoisie
rétt eins og smáborgarastéttinni, undir oki lénsveldisins, tókst að þróast í borgarastétt
The modern labourer, on the contrary, instead of rising with the progress of industry, sinks deeper and deeper
Nútíma verkamaður, þvert á móti, sekkur dýpra og dýpra í stað þess að rísa með framförum iðnaðarins
he sinks below the conditions of existence of his own class
hann sekkur undir tilveruskilyrði sinnar eigin stéttar
He becomes a pauper, and pauperism develops more rapidly than population and wealth
Hann verður fátækur og fátækrahyggja þróast hraðar en íbúafjöldi og auður
And here it becomes evident, that the Bourgeoisie is unfit any longer to be the ruling class in society
Og hér kemur í ljós, að borgarastéttin er ekki lengur hæf til að vera valdastétt í þjóðfélaginu
and it is unfit to impose its conditions of existence upon society as an over-riding law
og það er óhæft að þröngva tilveruskilyrðum sínum upp á samfélagið sem æðstu lögmál

It is unfit to rule because it is incompetent to assure an existence to its slave within his slavery

Það er óhæft til að stjórna vegna þess að það er óhæft til að tryggja þræli sínum tilveru í þrældómi hans

because it cannot help letting him sink into such a state, that it has to feed him, instead of being fed by him

vegna þess að það getur ekki annað en látið hann sökkva í slíkt ástand, að hann verði að fæða hann í stað þess að nærast af honum

Society can no longer live under this Bourgeoisie

Samfélagið getur ekki lengur lifað undir þessari borgarastétt

in other words, its existence is no longer compatible with society

með öðrum orðum, tilvist þess er ekki lengur samrýmanleg samfélaginu

The essential condition for the existence, and for the sway of the Bourgeoisie class, is the formation and augmentation of capital

Grundvallarforsenda tilveru og valdahafa borgarastéttarinnar er myndun og aukning fjármagns

the condition for capital is wage-labour

Skilyrði fjármagns er launavinna

Wage-labour rests exclusively on competition between the labourers

Launavinna hvílir eingöngu á samkeppni milli verkamanna

The advance of industry, whose involuntary promoter is the Bourgeoisie, replaces the isolation of the labourers

Framgangur iðnaðarins, þar sem borgarastéttin er ósjálfráður hvatamaður, kemur í stað einangrunar verkamannanna

due to competition, due to their revolutionary combination, due to association

vegna samkeppni, vegna byltingarkenndrar samsetningar þeirra, vegna tengsla

The development of Modern Industry cuts from under its feet the very foundation on which the Bourgeoisie produces and appropriates products

Þróun nútímaiðnaðar sker undan fótum hans sjálfan grunninn
sem borgarastéttin framleiðir og eignar sér vörur á

What the Bourgeoisie produces, above all, is its own grave-diggers

Það sem borgarastéttin framleiðir umfram allt eru eigin
grafarar

The fall of the Bourgeoisie and the victory of the Proletariat are equally inevitable

Fall borgarastéttarinnar og sigur öreigastéttarinnar eru jafn
óumflýjanleg

Proletarians and Communists
Öreigar og kommúnistar

In what relation do the Communists stand to the proletarians as a whole?

Í hvaða sambandi standa kommúnistar við öreigana í heild?

The Communists do not form a separate party opposed to other working-class parties

Kommúnistar mynda ekki sérstakan flokk sem er andstæður öðrum verkalýðsflokkum

They have no interests separate and apart from those of the proletariat as a whole

Þeir hafa enga hagsmuni aðskilda og aðskilda frá hagsmunum öreigastéttarinnar í heild

They do not set up any sectarian principles of their own, by which to shape and mould the proletarian movement

Þeir setja ekki upp neinar eigin sértrúarreglur til að móta og móta öreigahreyfinguna

The Communists are distinguished from the other working-class parties by only two things

Kommúnistar eru aðgreindir frá öðrum verkalýðsflokkum með aðeins tvennu

Firstly, they point out and bring to the front the common interests of the entire proletariat, independently of all nationality

Í fyrsta lagi benda þeir á og draga fram sameiginlega hagsmuni allrar öreigastéttarinnar, óháð öllu þjóðerni

this they do in the national struggles of the proletarians of the different countries

Þetta gera þeir í þjóðernisbaráttu öreiganna í hinum ýmsu löndum

Secondly, they always and everywhere represent the interests of the movement as a whole

Í öðru lagi standa þeir alltaf og alls staðar fyrir hagsmuni hreyfingarinnar í heild

this they do in the various stages of development, which the struggle of the working class against the Bourgeoisie has to pass through

þetta gera þeir á hinum ýmsu þróunarstigum, sem barátta verkalýðsins gegn borgarastéttinni verður að ganga í gegnum

The Communists, therefore, are on the one hand, practically, the most advanced and resolute section of the working-class parties of every country

Kommúnistar eru því annars vegar í raun framsæknasti og einbeittasti hluti verkalýðsflokka hvers lands

they are that section of the working class which pushes forward all others

þeir eru sá hluti verkalýðsins sem ýtir öllum öðrum áfram

theoretically, they also have the advantage of clearly understanding the line of march

Fræðilega séð hafa þeir einnig þann kost að skilja vel göngulínuna

this they understand better compared the great mass of the proletariat

Þetta skilja þeir betur í samanburði við mikinn fjölda öreigastéttarinnar

they understand the conditions, and the ultimate general results of the proletarian movement

þeir skilja aðstæður og endanlegan almennan árangur öreigahreyfingarinnar

The immediate aim of the Communist is the same as that of all the other proletarian parties

Markmið kommúnista er hið sama og allra annarra öreigaflokka

their aim is the formation of the proletariat into a class

markmið þeirra er að móta öreigastéttina í stétt

they aim to overthrow the Bourgeoisie supremacy

þeir stefna að því að steypa yfirráðum borgarastéttarinnar af stóli

the strive for the conquest of political power by the proletariat

baráttan fyrir því að öreigastéttin nái pólitísku valdi

The theoretical conclusions of the Communists are in no way based on ideas or principles of reformers

Fræðilegar niðurstöður kommúnista eru á engan hátt byggðar á hugmyndum eða meginreglum umbótasinna

it wasn't would-be universal reformers that invented or discovered the theoretical conclusions of the Communists

það voru ekki almennir umbótasinnar sem fundu upp eða uppgötvuðu fræðilegar niðurstöður kommúnista

They merely express, in general terms, actual relations springing from an existing class struggle

Þær lýsa aðeins almennum orðum raunverulegum tengslum sem spretta af núverandi stéttabaráttu

and they describe the historical movement going on under our very eyes that have created this class struggle

og þeir lýsa þeirri sögulegu hreyfingu sem er í gangi fyrir augum okkar og hefur skapað þessa stéttabaráttu

The abolition of existing property relations is not at all a distinctive feature of Communism

Afnám núverandi eignatengsla er alls ekki sérkenni kommúnismans

All property relations in the past have continually been subject to historical change

Öll eignatengsl í fortíðinni hafa stöðugt verið háð sögulegum breytingum

and these changes were consequent upon the change in historical conditions

og þessar breytingar voru í kjölfar breytinga á sögulegum aðstæðum

The French Revolution, for example, abolished feudal property in favour of Bourgeoisie property

Franska byltingin afnam til dæmis lénseignir í þágu borgarastéttareigna

The distinguishing feature of Communism is not the abolition of property, generally

Það sem einkennir kommúnisma er ekki afnám eigna, almennt

but the distinguishing feature of Communism is the abolition of Bourgeoisie property

en það sem einkennir kommúnisma er afnám eigna borgarastéttarinnar

But modern Bourgeoisie private property is the final and most complete expression of the system of producing and appropriating products

En nútíma borgarastétt einkaeignar er endanleg og fullkomnasta tjáning kerfisins til að framleiða og eigna sér vörur

it is the final state of a system that is based on class antagonisms, where class antagonism is the exploitation of the many by the few

það er lokaástand kerfis sem byggir á stéttaandstæðum, þar sem stéttaandstæður eru arðrán hinna mörgu af fáum

In this sense, the theory of the Communists may be summed up in the single sentence; the Abolition of private property

Í þessum skilningi má draga kenningu kommúnista saman í einni setningu; afnám einkaeignarréttar

We Communists have been reproached with the desire of abolishing the right of personally acquiring property

Við kommúnistar höfum verið ávítaðir fyrir að vilja afnema réttinn til að eignast eignir persónulega

it is claimed that this property is the fruit of a man's own labour

Því er haldið fram að þessi eign sé ávöxtur vinnu mannsins sjálfs

and this property is alleged to be the groundwork of all personal freedom, activity and independence.

og þessi eign er sögð vera grundvöllur alls persónulegs frelsis, athafna og sjálfstæðis.

"Hard-won, self-acquired, self-earned property!"

"Erfið, sjálfáunnin, sjálfunnin eign!"

Do you mean the property of the petty artisan and of the small peasant?

Áttu við eign smáhandverksmannsins og smábóndans?

Do you mean a form of property that preceded the Bourgeoisie form?

Ertu að meina eignaform sem var á undan borgarastéttarforminu?

There is no need to abolish that, the development of industry has to a great extent already destroyed it

Það er óþarfi að afnema það, þróun iðnaðar hefur að miklu leyti þegar eyðilagt það

and development of industry is still destroying it daily

og þróun iðnaðar eyðileggur það enn daglega

Or do you mean modern Bourgeoisie private property?

Eða meinarðu nútíma borgarastétt einkaeign?

But does wage-labour create any property for the labourer?

En skapar launavinnan einhverjar eignir fyrir verkamanninn?

no, wage labour creates not one bit of this kind of property!

Nei, launavinna skapar ekki eitt einasta af slíkri eign!

what wage labour does create is capital; that kind of property which exploits wage-labour

það sem laun vinna skapar er fjármagn; þess konar eign sem arðrænir launavinnu

capital cannot increase except upon condition of begetting a new supply of wage-labour for fresh exploitation

Fjármagn getur ekki aukist nema með því skilyrði að það sé nýtt framboð af launavinnu til nýrrar arðráns

Property, in its present form, is based on the antagonism of capital and wage-labour

Eignin, í núverandi mynd, byggist á andstæðum fjármagns og launavinnu

Let us examine both sides of this antagonism

Við skulum skoða báðar hliðar þessarar andstæðu

To be a capitalist is to have not only a purely personal status

Að vera kapítalisti er ekki aðeins að hafa eingöngu persónulega stöðu

instead, to be a capitalist is also to have a social status in production

þess í stað er það að vera kapítalisti líka að hafa félagslega
stöðu í framleiðslu
**because capital is a collective product; only by the united
action of many members can it be set in motion**
vegna þess að fjármagn er sameiginleg afurð; aðeins með
sameinuðum aðgerðum margra aðildarríkja er hægt að hrinda
henni af stað
**but this united action is a last resort, and actually requires
all members of society**
En þessi sameinaða aðgerð er síðasta úrræðið og krefst í raun
allra þjóðfélagsþegna
**Capital does get converted into the property of all members
of society**
Fjármagni breytist í eign allra þjóðfélagsþegna
**but Capital is, therefore, not a personal power; it is a social
power**
en fjármagnið er því ekki persónulegt vald; það er félagslegt
vald
**so when capital is converted into social property, personal
property is not thereby transformed into social property**
þannig að þegar fjármagni er breytt í félagslega eign er
persónulegum eignum ekki þar með breytt í félagslega eign
**It is only the social character of the property that is changed,
and loses its class-character**
Það er aðeins félagslegt eðli eignarinnar sem breytist og glatar
stéttareðli sínu
Let us now look at wage-labour
Lítum nú á launavinnu
**The average price of wage-labour is the minimum wage, i.e.,
that quantum of the means of subsistence**
Meðalverð launavinnu er lágmarkslaun, þ.e.a.s. magn
lífsviðurværis
**this wage is absolutely requisite in bare existence as a
labourer**
Þessi laun eru algerlega nauðsynleg í berri tilveru sem
verkamaður

What, therefore, the wage-labourer appropriates by means of his labour, merely suffices to prolong and reproduce a bare existence

Það sem launamaðurinn tileinkar sér með vinnu sinni, nægir því aðeins til að lengja og endurskapa nakna tilveru

We by no means intend to abolish this personal appropriation of the products of labour

Við ætlum alls ekki að afnema þessa persónulegu eignun á afurðum vinnunnar

an appropriation that is made for the maintenance and reproduction of human life

fjárveiting sem er gerð til viðhalds og æxlunar mannlegs lífs

such personal appropriation of the products of labour leave no surplus wherewith to command the labour of others

slík persónuleg eignun vinnuafurða skilur ekki eftir sig neinn afgang til að ráða yfir vinnu annarra

All that we want to do away with, is the miserable character of this appropriation

Það eina sem við viljum útrýma er ömurlegt eðli þessarar eignarnáms

the appropriation under which the labourer lives merely to increase capital

eignarnámið sem verkamaðurinn lifir á aðeins til að auka fjármagn

he is allowed to live only in so far as the interest of the ruling class requires it

honum er aðeins leyft að lifa að svo miklu leyti sem hagsmunir valdastéttarinnar krefjast þess

In Bourgeoisie society, living labour is but a means to increase accumulated labour

Í borgarastéttarsamfélagi er lifandi vinna aðeins leið til að auka uppsafnað vinnuafl

In Communist society, accumulated labour is but a means to widen, to enrich, to promote the existence of the labourer

Í kommúnísku samfélagi er uppsöfnuð vinna aðeins leið til að breikka, auðga og efla tilveru verkamannsins

In Bourgeoisie society, therefore, the past dominates the present

Í borgarastéttarsamfélaginu ræður fortíðin því ríkjum í nútíðinni

in Communist society the present dominates the past

í kommúnísku samfélagi ræður nútíðin ríkjum í fortíðinni

In Bourgeoisie society capital is independent and has individuality

Í borgarastéttarsamfélaginu er fjármagnið sjálfstætt og hefur sérstöðu

In Bourgeoisie society the living person is dependent and has no individuality

Í borgarastéttarsamfélaginu er lifandi manneskjan háð og hefur enga einstaklingsstöðu

And the abolition of this state of things is called by the Bourgeoisie, abolition of individuality and freedom!

Og afnám þessa ástands er kallað af borgarastéttinni, afnám einstaklingshyggju og frelsis!

And it is rightly called the abolition of individuality and freedom!

Og það er réttilega kallað afnám einstaklingshyggju og frelsis!

Communism aims for the abolition of Bourgeoisie individuality

Kommúnisminn stefnir að afnámi einstaklingshyggju borgarastéttarinnar

Communism intends for the abolition of Bourgeoisie independence

Kommúnisminn ætlar að afnema sjálfstæði borgarastéttarinnar

Bourgeoisie freedom is undoubtedly what communism is aiming at

Frelsi borgarastéttarinnar er án efa það sem kommúnisminn stefnir að

under the present Bourgeoisie conditions of production, freedom means free trade, free selling and buying

við núverandi framleiðsluskilyrði borgarastéttarinnar þýðir
frelsi frjáls viðskipti, frjáls sala og kaup

**But if selling and buying disappears, free selling and buying
also disappears**

En ef sala og kaup hverfa hverfur frjáls sala og kaup líka

**"brave words" by the Bourgeoisie about free selling and
buying only have meaning in a limited sense**

"hugrökk orð" borgarastéttarinnar um frjálsa sölu og kaup
hafa aðeins merkingu í takmörkuðum skilningi

**these words have meaning only in contrast with restricted
selling and buying**

Þessi orð hafa aðeins merkingu öfugt við takmarkaða sölu og
kaup

**and these words have meaning only when applied to the
fettered traders of the Middle Ages**

og þessi orð hafa aðeins merkingu þegar þau eru notuð um
fjötra kaupmenn miðalda

**and that assumes these words even have meaning in a
Bourgeoisie sense**

og það gerir ráð fyrir að þessi orð hafi jafnvel merkingu í
borgarastéttarlegum skilningi

**but these words have no meaning when they're being used
to oppose the Communistic abolition of buying and selling**

en þessi orð hafa enga merkingu þegar þau eru notuð til að
berjast gegn afnámi kommúnista á kaupum og sölu

**the words have no meaning when they're being used to
oppose the Bourgeoisie conditions of production being
abolished**

orðin hafa enga merkingu þegar þau eru notuð til að berjast
gegn því að framleiðsluskilyrði borgarastéttarinnar verði
afnumin

**and they have no meaning when they're being used to
oppose the Bourgeoisie itself being abolished**

og þeir hafa enga merkingu þegar þeir eru notaðir til að
berjast gegn því að borgarastéttin sjálf verði afnumin

You are horrified at our intending to do away with private
property

Þú ert skelfingu lostinn yfir því að við ætlum að afnema
einkaeign

But in your existing society, private property is already done
away with for nine-tenths of the population

En í núverandi samfélagi þínu er einkaeign þegar afnumin
fyrir níu tíundu hluta íbúanna

the existence of private property for the few is solely due to
its non-existence in the hands of nine-tenths of the
population

Tilvist einkaeignar fárra stafar eingöngu af því að hún er ekki
til í höndum níu tíundu hluta íbúanna

You reproach us, therefore, with intending to do away with a
form of property

Þú átelur okkur því að ætla að afnema eignaform

but private property necessitates the non-existence of any
property for the immense majority of society

en einkaeign krefst þess að gríðarlegur meirihluti samfélagsins
sé ekki til nokkurrar eignar

In one word, you reproach us with intending to do away
with your property

Í einu orði, þú átelur okkur fyrir að ætla að leggja niður eignir
þínar

And it is precisely so; doing away with your Property is just
what we intend

Og það er einmitt svo; að losa sig við eignina þína er einmitt
það sem við ætlum okkur

From the moment when labour can no longer be converted
into capital, money, or rent

Frá því augnabliki þegar ekki er lengur hægt að breyta vinnu í
fjármagn, peninga eða leigu

when labour can no longer be converted into a social power
capable of being monopolised

þegar ekki er lengur hægt að breyta vinnuaflinu í félagslegt
vald sem hægt er að einoka

from the moment when individual property can no longer be transformed into Bourgeoisie property

frá því augnabliki þegar ekki er lengur hægt að breyta einstaklingseign í borgarastéttareign

from the moment when individual property can no longer be transformed into capital

frá því augnabliki þegar ekki er lengur hægt að breyta einstökum eignum í fjármagn

from that moment, you say individuality vanishes

Frá þeirri stundu segir þú að einstaklingshyggjan hverfi

You must, therefore, confess that by "individual" you mean no other person than the Bourgeoisie

Þú verður því að játa að með "einstaklingi" átt þú ekki við neina aðra persónu en borgarastéttina

you must confess it specifically refers to the middle-class owner of property

Þú verður að játa að það vísar sérstaklega til millistéttareiganda eigna

This person must, indeed, be swept out of the way, and made impossible

Þessari manneskju verður að vísu að vera sópað úr vegi og gerð ómöguleg

Communism deprives no man of the power to appropriate the products of society

Kommúnismi sviptir engan mann valdi til að eigna sér afurðir samfélagsins

all that Communism does is to deprive him of the power to subjugate the labour of others by means of such appropriation

það eina sem kommúnisminn gerir er að svipta hann valdinu til að leggja undir sig vinnu annarra með slíkri eignun

It has been objected that upon the abolition of private property all work will cease

Því hefur verið mótmælt að við afnám einkaeignarréttar muni öll vinna hætta

and it is then suggested that universal laziness will overtake us

og því er síðan gefið í skyn að alheims leti muni ná okkur

According to this, Bourgeoisie society ought long ago to have gone to the dogs through sheer idleness

Samkvæmt þessu hefði borgarastéttin fyrir löngu átt að fara í hundana af einskæru iðjuleysi

because those of its members who work, acquire nothing

vegna þess að þeir meðlimir þess sem vinna, eignast ekkert

and those of its members who acquire anything, do not work

og þeir meðlimir þess sem eignast eitthvað, vinna ekki

The whole of this objection is but another expression of the tautology

Öll þessi andmæli eru aðeins enn ein tjáning tautologiarinnar

there can no longer be any wage-labour when there is no longer any capital

það getur ekki lengur verið nein launavinna þegar ekkert fjármagn er lengur til

there is no difference between material products and mental products

Það er enginn munur á efnislegum vörum og hugrænum afurðum

communism proposes both of these are produced in the same way

Kommúnisminn leggur til að hvort tveggja sé framleitt á sama hátt

but the objections against the Communistic modes of producing these are the same

en andmælin gegn kommúnískum aðferðum við að framleiða þetta eru þau sömu

to the Bourgeoisie the disappearance of class property is the disappearance of production itself

fyrir borgarastéttina er hvarf stéttaeignarinnar hvarf framleiðslunnar sjálfrar

so the disappearance of class culture is to him identical with the disappearance of all culture

þannig að hvarf stéttarmenningarinnar er fyrir honum eins og hvarf allrar menningar

That culture, the loss of which he laments, is for the enormous majority a mere training to act as a machine

Sú menning, sem hann harmar, er fyrir gríðarlegan meirihluta aðeins þjálfun til að starfa sem vél

Communists very much intend to abolish the culture of Bourgeoisie property

Kommúnistar ætla sér mjög að afnema menningu borgarastéttarinnar

But don't wrangle with us so long as you apply the standard of your Bourgeoisie notions of freedom, culture, law, etc

En ekki rífast við okkur svo lengi sem þú beitir mælikvarða borgarastéttarinnar hugmynda þinna um frelsi, menningu, lög o.s.frv

Your very ideas are but the outgrowth of the conditions of your Bourgeoisie production and Bourgeoisie property

Sjálfar hugmyndir þínar eru aðeins afrakstur skilyrða borgarastéttarframleiðslu þinnar og borgarastéttareigna

just as your jurisprudence is but the will of your class made into a law for all

alveg eins og lögfræði þín er aðeins vilji stéttar þinnar gerður að lögum fyrir alla

the essential character and direction of this will are determined by the economical conditions your social class create

Grundvallareðli og stefna þessa vilja ræðst af efnahagslegum aðstæðum sem þjóðfélagsstéttin skapar

The selfish misconception that induces you to transform social forms into eternal laws of nature and of reason

Eigingjarn misskilningur sem fær þig til að umbreyta félagslegum formum í eilíf lögmál náttúrunnar og skynseminnar

the social forms springing from your present mode of production and form of property

félagslegu formin sem spretta upp úr núverandi
framleiðsluhætti þínum og eignaformi
**historical relations that rise and disappear in the progress of
production**
söguleg tengsl sem rísa og hverfa í framvindu framleiðslunnar
**this misconception you share with every ruling class that has
preceded you**
þennan misskilning sem þú deilir með öllum valdastéttum
sem hafa verið á undan þér
**What you see clearly in the case of ancient property, what
you admit in the case of feudal property**
Það sem þú sérð greinilega þegar um fornar eignir er að ræða,
það sem þú viðurkennir þegar um lénseign er að ræða
**these things you are of course forbidden to admit in the case
of your own Bourgeoisie form of property**
þessu er yður auðvitað bannað að viðurkenna þegar um er að
ræða eigið borgarastéttarform
**Abolition of the family! Even the most radical flare up at
this infamous proposal of the Communists**
Afnám fjölskyldunnar! Jafnvel róttækustu blossa upp við
þessa alræmdu tillögu kommúnista
**On what foundation is the present family, the Bourgeoisie
family, based?**
Á hvaða grunni er núverandi fjölskylda,
borgarastéttarfjölskyldan?
**the foundation of the present family is based on capital and
private gain**
Grundvöllur núverandi fjölskyldu byggist á fjármagni og
einkagróða
**In its completely developed form this family exists only
among the Bourgeoisie**
Í sinni fullkomnu mynd er þessi fjölskylda aðeins til meðal
borgarastéttarinnar
**this state of things finds its complement in the practical
absence of the family among the proletarians**

Þetta ástand á sér uppbót í raunhæfri fjarveru fjölskyldunnar meðal öreiganna

this state of things can be found in public prostitution

Þetta ástand er að finna í opinberu vændi

The Bourgeoisie family will vanish as a matter of course when its complement vanishes

Borgarastéttarfjölskyldan mun hverfa sjálfsagður þegar fylgi hennar hverfur

and both of these will will vanish with the vanishing of capital

og báðir þessir vilja munu hverfa með brotthvarfi fjármagnsins

Do you charge us with wanting to stop the exploitation of children by their parents?

Ásakar þú okkur um að vilja stöðva misnotkun foreldra þeirra á börnum?

To this crime we plead guilty

Um þennan glæp játum við sök

But, you will say, we destroy the most hallowed of relations, when we replace home education by social education

En þú munt segja, við eyðileggjum helgustu samskiptin, þegar við skiptum út heimakennslu fyrir félagsfræðslu

is your education not also social? And is it not determined by the social conditions under which you educate?

Er menntun þín ekki líka félagsleg? Og ræðst það ekki af félagslegum aðstæðum sem þú menntar þig við?

by the intervention, direct or indirect, of society, by means of schools, etc.

með íhlutun, beinni eða óbeinni, af samfélaginu, með skólum o.s.frv.

The Communists have not invented the intervention of society in education

Kommúnistar hafa ekki fundið upp afskipti samfélagsins af menntun

they do but seek to alter the character of that intervention

þeir leitast aðeins við að breyta eðli þeirrar íhlutunar

and they seek to rescue education from the influence of the ruling class

og þeir leitast við að bjarga menntun frá áhrifum valdastéttarinnar

The Bourgeoisie talk of the hallowed co-relation of parent and child

Borgarastéttin talar um heilagt samband foreldris og barns

but this clap-trap about the family and education becomes all the more disgusting when we look at Modern Industry

en þessi klappgildra um fjölskylduna og menntun verður þeim mun ógeðslegri þegar við lítum á nútímaiðnað

all family ties among the proletarians are torn asunder by modern industry

Öll fjölskyldubönd öreiganna eru slitin í sundur af nútíma iðnaði

their children are transformed into simple articles of commerce and instruments of labour

börnum þeirra er breytt í einfaldar verslunarvörur og vinnutæki

But you Communists would create a community of women, screams the whole Bourgeoisie in chorus

En þið kommúnistar mynduð búa til samfélag kvenna, öskrar öll borgarastéttin í kór

The Bourgeoisie sees in his wife a mere instrument of production

Borgarastéttin sér í konu sinni aðeins framleiðslutæki

He hears that the instruments of production are to be exploited by all

Hann heyrir að allir eigi að nýta framleiðslutækin

and, naturally, he can come to no other conclusion than that the lot of being common to all will likewise fall to women

og að sjálfsögðu getur hann ekki komist að annarri niðurstöðu en þeirri að hlutskipti þess að vera sameiginlegur öllum muni sömuleiðis falla á konur

He has not even a suspicion that the real point is to do away with the status of women as mere instruments of production

Hann hefur ekki einu sinni grun um að raunverulegi
tilgangurinn sé að afnema stöðu kvenna sem eingöngu
framleiðslutæki

**For the rest, nothing is more ridiculous than the virtuous
indignation of our Bourgeoisie at the community of women**

Að öðru leyti er ekkert fáránlegra en dyggðug reiði
borgarastéttarinnar á samfélagi kvenna

**they pretend it is to be openly and officially established by
the Communists**

þeir láta eins og það eigi að vera opinberlega stofnað af
kommúnistum

**The Communists have no need to introduce community of
women, it has existed almost from time immemorial**

Kommúnistar hafa enga þörf fyrir að innleiða samfélag
kvenna, það hefur verið til nánast frá örófi alda

**Our Bourgeoisie are not content with having the wives and
daughters of their proletarians at their disposal**

Borgarastétt okkar lætur sér ekki nægja að hafa eiginkonur og
dætur öreiganna til ráðstöfunar

**they take the greatest pleasure in seducing each other's
wives**

þau hafa mesta ánægju af því að tæla eiginkonur hvors annars

and that is not even to speak of common prostitutes

og þá er ekki einu sinni talað um venjulegar vændiskonur

**Bourgeoisie marriage is in reality a system of wives in
common**

Hjónaband borgarastéttarinnar er í raun sameiginlegt kerfi
eiginkvenna

**then there is one thing that the Communists might possibly
be reproached with**

þá er eitt sem kommúnistar gætu hugsanlega verið ásakaðir
um

**they desire to introduce an openly legalised community of
women**

þær þrá að koma á fót opinberlega lögleiddu samfélagi
kvenna

rather than a hypocritically concealed community of women
frekar en hræsnisfullt hulið samfélag kvenna
the community of women springing from the system of
production
samfélag kvenna sem sprettur upp úr framleiðslukerfinu
abolish the system of production, and you abolish the
community of women
afnema framleiðslukerfið og þú afnemur samfélag kvenna
both public prostitution is abolished, and private
prostitution
bæði opinbert vændi er afnumið og einkavændi
The Communists are further more reproached with desiring
to abolish countries and nationality
Kommúnistar eru ennfremur ávítaðir fyrir að vilja afnema
lönd og þjóðerni
The working men have no country, so we cannot take from
them what they have not got
Vinnandi menn eiga ekkert land, svo við getum ekki tekið frá
þeim það sem þeir hafa ekki fengið
the proletariat must first of all acquire political supremacy
öreigastéttin verður fyrst og fremst að öðlast pólitísk yfirráð
the proletariat must rise to be the leading class of the nation
öreigastéttin verður að rísa upp og verða forystustétt
þjóðarinnar
the proletariat must constitute itself the nation
öreigastéttin verður að gera sig að þjóð
it is, so far, itself national, though not in the Bourgeoisie
sense of the word
hún er enn sem komið er sjálf þjóðleg, þó ekki í
borgarastéttarlegum skilningi þess orðs
National differences and antagonisms between peoples are
daily more and more vanishing
Þjóðernismunur og andstæður milli þjóða hverfa daglega
meira og meira
owing to the development of the Bourgeoisie, to freedom of
commerce, to the world-market

vegna þróunar borgarastéttarinnar, viðskiptafrelsis, heimsmarkaðarins

to uniformity in the mode of production and in the conditions of life corresponding thereto

einsleitni í framleiðsluháttum og lífsskilyrðum sem þeim fylgja

The supremacy of the proletariat will cause them to vanish still faster

Yfirburðir öreigastéttarinnar munu valda því að þeir hverfa enn hraðar

United action, of the leading civilised countries at least, is one of the first conditions for the emancipation of the proletariat

Sameinaðar aðgerðir, að minnsta kosti helstu siðmenntuðu ríkjanna, eru eitt fyrsta skilyrðið fyrir frelsi öreigastéttarinnar

In proportion as the exploitation of one individual by another is put an end to, the exploitation of one nation by another will also be put an end to

Að sama skapi og arðráni annars á einum einstaklingi er stöðvað, verður einnig bundið enda á arðrán annarrar þjóðar

In proportion as the antagonism between classes within the nation vanishes, the hostility of one nation to another will come to an end

Um leið og andstæðan milli stétta innan þjóðarinnar hverfur, mun fjandskap einnar þjóðar við aðra líða undir lok

The charges against Communism made from a religious, a philosophical, and, generally, from an ideological standpoint, are not deserving of serious examination

Ásakanirnar á hendur kommúnismanum, sem settar eru fram út frá trúarlegu, heimspekilegu og almennt hugmyndafræðilegu sjónarmiði, verðskulda ekki alvarlega skoðun

Does it require deep intuition to comprehend that man's ideas, views and conceptions changes with every change in the conditions of his material existence?

Þarf djúpt innsæi til að skilja að hugmyndir, skoðanir og hugmyndir mannsins breytast með hverri breytingu á efnislegum tilveruskilyrðum hans?

is it not obvious that man's consciousness changes when his social relations and his social life changes?

Er ekki augljóst að vitund mannsins breytist þegar félagsleg tengsl hans og félagslíf breytast?

What else does the history of ideas prove, than that intellectual production changes its character in proportion as material production is changed?

Hvað annað sannar hugmyndasagan en að vitsmunaleg framleiðsla breytir eðli sínu í réttu hlutfalli við efnislega framleiðslu?

The ruling ideas of each age have ever been the ideas of its ruling class

Ríkjandi hugmyndir hverrar aldar hafa alltaf verið hugmyndir valdastéttar hennar

When people speak of ideas that revolutionise society, they do but express one fact

Þegar fólk talar um hugmyndir sem umbylta samfélaginu tjáir það aðeins eina staðreynd

within the old society, the elements of a new one have been created

Innan gamla samfélagsins hafa þættir nýs skapast

and that the dissolution of the old ideas keeps even pace with the dissolution of the old conditions of existence

og að upplausn hinna gömlu hugmynda heldur í við upplausn hinna gömlu tilveruskilyrða

When the ancient world was in its last throes, the ancient religions were overcome by Christianity

Þegar hinn forni heimur var í sínum síðustu þrengingum voru hin fornu trúarbrögð yfirbuguð af kristni

When Christian ideas succumbed in the 18th century to rationalist ideas, feudal society fought its death battle with the then revolutionary Bourgeoisie

Þegar kristnar hugmyndir féllu á 18. öld fyrir skynsemishyggjuhugmyndum háði lénssamfélagið dauðabaráttu sína við þáverandi byltingarsinnaða borgarastétt

The ideas of religious liberty and freedom of conscience merely gave expression to the sway of free competition within the domain of knowledge

Hugmyndir um trúfrelsi og samviskufrelsi tjáðu aðeins vald frjálsrar samkeppni á sviði þekkingar

"Undoubtedly," it will be said, "religious, moral, philosophical and juridical ideas have been modified in the course of historical development"

"Vafalaust," verður sagt, "hafa trúarlegar, siðferðilegar, heimspekilegar og lagalegar hugmyndir breyst í sögulegri þróun"

"But religion, morality philosophy, political science, and law, constantly survived this change"

"En trúarbrögð, siðferðisheimspeki, stjórnmálafræði og lögfræði, lifðu stöðugt af þessa breytingu"

"There are also eternal truths, such as Freedom, Justice, etc"

"Það eru líka til eilíf sannindi, eins og frelsi, réttlæti o.s.frv."

"these eternal truths are common to all states of society"

"Þessi eilífu sannindi eru sameiginleg öllum ríkjum þjóðfélagsins"

"But Communism abolishes eternal truths, it abolishes all religion, and all morality"

"En kommúnisminn afnemur eilíf sannindi, hann afnemur öll trúarbrögð og allt siðferði"

"it does this instead of constituting them on a new basis"

"Það gerir þetta í stað þess að mynda þau á nýjum grunni"

"it therefore acts in contradiction to all past historical experience"

"hún virkar því í mótsögn við alla fyrri sögulega reynslu"

What does this accusation reduce itself to?

Í hvað minnkar þessi ásökun sig?

The history of all past society has consisted in the development of class antagonisms

Saga allra fyrri samfélaga hefur falist í þróun stéttaandstæðna

antagonisms that assumed different forms at different epochs

andstæður sem tóku á sig mismunandi myndir á mismunandi tímum

But whatever form they may have taken, one fact is common to all past ages

En hvaða mynd sem þau kunna að hafa tekið á sig, þá er ein staðreynd sameiginleg öllum liðnum öldum

the exploitation of one part of society by the other

arðrán annars hluta samfélagsins af hinu

No wonder, then, that the social consciousness of past ages moves within certain common forms, or general ideas

Það er því engin furða að félagsleg vitund fyrri alda hreyfist innan ákveðinna sameiginlegra forma eða almennra hugmynda

(and that is despite all the multiplicity and variety it displays)

(og það er þrátt fyrir alla fjölbreytnina og fjölbreytnina sem það sýnir)

and these cannot completely vanish except with the total disappearance of class antagonisms

og þetta getur ekki horfið alveg nema með því að stéttaandstæðurnar hverfa algerlega

The Communist revolution is the most radical rupture with traditional property relations

Kommúnistabyltingin er róttækasta rofið á hefðbundnum eignatengslum

no wonder that its development involves the most radical rupture with traditional ideas

engin furða að þróun þess feli í sér róttækasta rof við hefðbundnar hugmyndir

But let us have done with the Bourgeoisie objections to Communism

En við skulum vera búin með andmæli borgarastéttarinnar gegn kommúnisma

We have seen above the first step in the revolution by the working class
Við höfum séð hér að ofan fyrsta skref verkalýðsins í byltingunni
proletariat has to be raised to the position of ruling, to win the battle of democracy
Öreigastéttin verður að rísa upp í þá stöðu að ráða, til að vinna baráttuna um lýðræðið
The proletariat will use its political supremacy to wrest, by degrees, all capital from the Bourgeoisie
Öreigastéttin mun nota pólitíska yfirburði sína til að hrifsa smám saman allt fjármagn af borgarastéttinni
it will centralise all instruments of production in the hands of the State
það mun miðstýra öllum framleiðslutækjum í höndum ríkisins
in other words, the proletariat organised as the ruling class
með öðrum orðum, öreigastéttin skipulögð sem valdastétt
and it will increase the total of productive forces as rapidly as possible
og það mun auka heildarframleiðsluaflið eins hratt og auðið er
Of course, in the beginning, this cannot be effected except by means of despotic inroads on the rights of property
Auðvitað er ekki hægt að gera þetta í upphafi nema með einræðislegum innrásum í eignarréttinn
and it has to be achieved on the conditions of Bourgeoisie production
og það verður að ná fram á forsendum borgarastéttarinnar
it is achieved by means of measures, therefore, which appear economically insufficient and untenable
Það er því náð með ráðstöfunum sem virðast efnahagslega ófullnægjandi og óviðunandi
but these means, in the course of the movement, outstrip themselves
en þessar aðferðir fara fram úr sjálfum sér á meðan á hreyfingunni stendur
they necessitate further inroads upon the old social order

þær krefjast frekari innrásar í gamla þjóðfélagsskipanina
**and they are unavoidable as a means of entirely
revolutionising the mode of production**
og þær eru óhjákvæmilegar til að gjörbylta framleiðsluháttum
**These measures will of course be different in different
countries**
Þessar ráðstafanir verða auðvitað mismunandi í mismunandi
löndum
**Nevertheless in the most advanced countries, the following
will be pretty generally applicable**
Engu að síður í þróuðustu löndunum mun eftirfarandi eiga
nokkuð almennt við

**1. Abolition of property in land and application of all rents
of land to public purposes.**

1. Afnám eignarréttar á landi og beiting allrar leigu á landi til
opinberra nota.

2. A heavy progressive or graduated income tax.

2. Þungur stighækkandi eða þrepaskiptur tekjuskattur.

3. Abolition of all right of inheritance.

3. Afnám alls erfðaréttar.

4. Confiscation of the property of all emigrants and rebels.

4. Upptaka eigna allra brottfluttra og uppreisnarmanna.

**5. Centralisation of credit in the hands of the State, by means
of a national bank with State capital and an exclusive
monopoly.**

5. Miðstýring lánsfjár í höndum ríkisins með ríkisbanka með
ríkisfé og einkaeinokun.

**6. Centralisation of the means of communication and
transport in the hands of the State.**

6. Miðstýring samskipta- og flutningatækja í höndum ríkisins.

**7. Extension of factories and instruments of production
owned by the State**

7. Stækkun verksmiðja og framleiðslutækja í eigu ríkisins
**the bringing into cultivation of waste-lands, and the
improvement of the soil generally in accordance with a
common plan.**

að rækta auðnlendi og bæta jarðveginn almennt í samræmi við sameiginlega áætlun.

8. Equal liability of all to labour

8. Jöfn ábyrgð allra gagnvart vinnuafli

Establishment of industrial armies, especially for agriculture.

Stofnun iðnaðarherja, sérstaklega fyrir landbúnað.

9. Combination of agriculture with manufacturing industries

9. Samsetning landbúnaðar og framleiðsluiðnaðar

gradual abolition of the distinction between town and country, by a more equable distribution of the population over the country.

smám saman afnám aðgreiningar milli borgar og sveita, með jafnari dreifingu íbúa um landið.

10. Free education for all children in public schools.

10. Ókeypis menntun fyrir öll börn í opinberum skólum.

Abolition of children's factory labour in its present form

Afnám verksmiðjuvinnu barna í núverandi mynd

Combination of education with industrial production

Sambland menntunar og iðnaðarframleiðslu

When, in the course of development, class distinctions have disappeared

Þegar, í þróunarferlinu, hefur stéttamunur horfið

and when all production has been concentrated in the hands of a vast association of the whole nation

og þegar öll framleiðsla hefur safnast saman í höndum mikils félags allrar þjóðarinnar

then the public power will lose its political character

þá missir hið opinbera vald pólitískt eðli sitt

Political power, properly so called, is merely the organised power of one class for oppressing another

Pólitískt vald, sem svo er kallað, er aðeins skipulagt vald einnar stéttar til að kúga aðra

If the proletariat during its contest with the Bourgeoisie is compelled, by the force of circumstances, to organise itself as a class

Ef öreigastéttin í baráttu sinni við borgarastéttina er neydd til
að skipuleggja sig sem stétt vegna aðstæðna
if, by means of a revolution, it makes itself the ruling class
ef hún gerir sjálfa sig að valdastétt með byltingu
and, as such, it sweeps away by force the old conditions of
production
og sem slík sópar hún burt með valdi gömlum
framleiðsluskilyrðum
then it will, along with these conditions, have swept away
the conditions for the existence of class antagonisms and of
classes generally
þá mun það, ásamt þessum skilyrðum, hafa sópað burt
skilyrðunum fyrir tilvist stéttaandstæðna og stétta almennt
and will thereby have abolished its own supremacy as a
class.
og mun þar með hafa afnumið eigin yfirráð sem stétt.
In place of the old Bourgeoisie society, with its classes and
class antagonisms, we shall have an association
Í stað gamla borgarastéttarfélagsins, með stéttum sínum og
stéttaandstæðum, munum við hafa félag
an association in which the free development of each is the
condition for the free development of all
félag þar sem frjáls þróun hvers og eins er skilyrði frjálsrar
þróunar allra

1) Reactionary Socialism
1) Afturhaldssamur sósíalismi

a) Feudal Socialism
a) Feudal sósíalismi

the aristocracies of France and England had a unique historical position
aðalsmenn Frakklands og Englands höfðu einstaka sögulega stöðu

it became their vocation to write pamphlets against modern Bourgeoisie society
það varð köllun þeirra að skrifa bæklinga gegn nútíma borgarastéttarsamfélagi

In the French revolution of July 1830, and in the English reform agitation
Í frönsku byltingunni í júlí 1830 og í ensku umbótaæsingnum

these aristocracies again succumbed to the hateful upstart
Þessir aðalsmenn féllu aftur fyrir hatursfullum uppreisnarmanni

Thenceforth, a serious political contest was altogether out of the question
Upp frá því kom alvarleg pólitísk keppni alls ekki til greina

All that remained possible was literary battle, not an actual battle
Það eina sem eftir var var bókmenntabarátta, ekki raunveruleg barátta

But even in the domain of literature the old cries of the restoration period had become impossible
En jafnvel á sviði bókmennta voru gömlu hrópin um endurreisnartímabilið orðin ómöguleg

In order to arouse sympathy, the aristocracy were obliged to lose sight, apparently, of their own interests
Til þess að vekja samúð neyddust aðalsmenn til að missa sjónar, að því er virðist, á eigin hagsmunum

and they were obliged to formulate their indictment against the Bourgeoisie in the interest of the exploited working class
og þeir voru neyddir til að móta ákæru sína á hendur borgarastéttinni í þágu arðrændu verkalýðsstéttarinnar
Thus the aristocracy took their revenge by singing lampoons on their new master
Þannig hefndi aðalsstéttin sín með því að syngja læðingar um nýja húsbónda sinn
and they took their revenge by whispering in his ears sinister prophecies of coming catastrophe
og þeir hefndu sín með því að hvísla í eyru hans óheillavænlegum spádómum um komandi hörmungar
In this way arose Feudal Socialism: half lamentation, half lampoon
Á þennan hátt varð til feudal sósíalismi: hálft harmakvein, hálft háðsglósa
it rung as half echo of the past, and projected half menace of the future
það hljómaði sem hálft bergmál fortíðar og varpaði hálfri ógn af framtíðinni
at times, by its bitter, witty and incisive criticism, it struck the Bourgeoisie to the very heart's core
stundum sló hún borgarastéttina inn í hjarta sitt með beiskri, hnyttinni og beittri gagnrýni sinni
but it was always ludicrous in its effect, through total incapacity to comprehend the march of modern history
en hún var alltaf fáránleg í áhrifum sínum, vegna algerrar vangetu til að skilja framvindu nútímasögunnar
The aristocracy, in order to rally the people to them, waved the proletarian alms-bag in front for a banner
Aðalsstéttin, til að fylkja fólkinu að sér, veifaði öreiga-ölmusupokanum fyrir framan borða
But the people, so often as it joined them, saw on their hindquarters the old feudal coats of arms
En svo oft sem það slóst í för með þeim, sá fólkið á afturhluta sér gömlu lénsskjaldarmerkin

and they deserted with loud and irreverent laughter

og þeir hurfu frá með háværum og virðingarlausum hlátri

One section of the French Legitimists and "Young England"
exhibited this spectacle

Einn hluti Frönsku lögmætissinnanna og "Unga Englands"
sýndi þetta sjónarspil

the feudalists pointed out that their mode of exploitation
was different to that of the Bourgeoisie

lénssinnarnir bentu á að arðrán þeirra væri öðruvísi en
borgarastéttarinnar

the feudalists forget that they exploited under circumstances
and conditions that were quite different

Lénsmennirnir gleyma því að þeir nýttu sér við aðstæður og
aðstæður sem voru allt aðrar

and they didn't notice such methods of exploitation are now
antiquated

og þeir tóku ekki eftir því að slíkar aðferðir við arðrán eru nú
úreltar

they showed that, under their rule, the modern proletariat
never existed

þeir sýndu að undir stjórn þeirra var nútíma öreigastéttin
aldrei til

but they forget that the modern Bourgeoisie is the necessary
offspring of their own form of society

en þeir gleyma því að nútíma borgarastétt er nauðsynlegt
afsprengi þeirra eigin samfélagsforms

For the rest, they hardly conceal the reactionary character of
their criticism

Að öðru leyti leyna þeir varla afturhaldseðli gagnrýni sinnar

their chief accusation against the Bourgeoisie amounts to the
following

helsta ásökun þeirra á hendur borgarastéttinni er eftirfarandi

under the Bourgeoisie regime a social class is being
developed

undir stjórn borgarastéttarinnar er verið að þróast
þjóðfélagsstétt

this social class is destined to cut up root and branch the old order of society

þessari þjóðfélagsstétt er ætlað að róta upp rótum og greina gamla þjóðfélagsskipan

What they upbraid the Bourgeoisie with is not so much that it creates a proletariat

Það sem þeir ávíta borgarastéttina fyrir er ekki svo mikið að það skapi öreigastétt.

what they upbraid the Bourgeoisie with is moreso that it creates a revolutionary proletariat

það sem þeir ávíta borgarastéttina fyrir er meira að hún skapi byltingarsinnaða öreigalýð

In political practice, therefore, they join in all coercive measures against the working class

Í stjórnmálum taka þeir því þátt í öllum þvingunaraðgerðum gegn verkalýðnum

and in ordinary life, despite their highfalutin phrases, they stoop to pick up the golden apples dropped from the tree of industry

og í daglegu lífi, þrátt fyrir háfalutin frasa sína, beygja þeir sig til að taka upp gullnu eplini sem falla hafa verið af tré iðnaðarins

and they barter truth, love, and honour for commerce in wool, beetroot-sugar, and potato spirits

og þeir skipta á sannleika, ást og heiðri fyrir verslun með ull, rauðrófusykur og kartöflubrennivín

As the parson has ever gone hand in hand with the landlord, so has Clerical Socialism with Feudal Socialism

Eins og presturinn hefur alltaf haldist í hendur við leigusalann, þannig hefur klerkasósíalismi og feudal sósíalismi gert það

Nothing is easier than to give Christian asceticism a Socialist tinge

Ekkert er auðveldara en að gefa kristinni ásatrú sósíalískum blæ

Has not Christianity declaimed against private property, against marriage, against the State?

Hefur ekki kristindómurinn lýst yfir gegn einkaeign, gegn hjónabandi, gegn ríkinu?

Has Christianity not preached in the place of these, charity and poverty?

Hefur kristindómurinn ekki prédikað í stað þessa, kærleika og fátækt?

Does Christianity not preach celibacy and mortification of the flesh, monastic life and Mother Church?

Prédikar kristindómurinn ekki einlífi og dauðsföll holdsins, klausturlíf og móðurkirkju?

Christian Socialism is but the holy water with which the priest consecrates the heart-burnings of the aristocrat

Kristinn sósíalismi er aðeins hið heilaga vatn sem presturinn helgar hjartasviða aðalsmannsins með

b) Petty-Bourgeois Socialism
b) Smáborgaralegur sósíalismi

The feudal aristocracy was not the only class that was ruined by the Bourgeoisie
Feudal aðallinn var ekki eina stéttin sem var eyðilögð af borgarastéttinni
it was not the only class whose conditions of existence pined and perished in the atmosphere of modern Bourgeoisie society
hún var ekki eina stéttin sem hafði tilveruskilyrði sem píndust og hurfu í andrúmslofti nútíma borgarastéttarsamfélags
The medieval burgesses and the small peasant proprietors were the precursors of the modern Bourgeoisie
Miðaldaborgarar og smábændaeigendur voru undanfarar nútíma borgarastéttar
In those countries which are but little developed, industrially and commercially, these two classes still vegetate side by side
Í þeim löndum sem eru lítt þróuð, iðnaðarlega og viðskiptalega, gróa þessir tveir flokkar enn hlið við hlið
and in the meantime the Bourgeoisie rise up next to them: industrially, commercially, and politically
og á meðan rís borgarastéttin upp við hlið þeirra: iðnaðarlega, viðskiptalega og pólitískt
In countries where modern civilisation has become fully developed, a new class of petty Bourgeoisie has been formed
Í löndum þar sem nútíma siðmenning er orðin fullþróuð hefur ný stétt smáborgarastéttar myndast
this new social class fluctuates between proletariat and Bourgeoisie
þessi nýja þjóðfélagsstétt sveiflast milli öreigastéttarinnar og borgarastéttarinnar
and it is ever renewing itself as a supplementary part of Bourgeoisie society

og hún er sífellt að endurnýja sig sem viðbótarhluti af borgarastéttarsamfélaginu

The individual members of this class, however, are being constantly hurled down into the proletariat

Einstökum meðlimum þessarar stéttar er hins vegar stöðugt kastað niður í öreigastéttina

they are sucked up by the proletariat through the action of competition

þeir sogast til sín af öreigastéttinni með samkeppni

as modern industry develops they even see the moment approaching when they will completely disappear as an independent section of modern society

Eftir því sem nútímaiðnaður þróast sjá þeir jafnvel augnablikið nálgast þegar þeir munu hverfa algjörlega sem sjálfstæður hluti nútímasamfélags

they will be replaced, in manufactures, agriculture and commerce, by overlookers, bailiffs and shopmen

Í stað þeirra í framleiðslu, landbúnaði og verslun koma umsjónarmenn, fógetar og verslunarmenn

In countries like France, where the peasants constitute far more than half of the population

Í löndum eins og Frakklandi, þar sem bændur eru mun meira en helmingur íbúanna

it was natural that there there are writers who sided with the proletariat against the Bourgeoisie

það var eðlilegt að til væru rithöfundar sem stóðu með öreigastéttinni gegn borgarastéttinni

in their criticism of the Bourgeoisie regime they used the standard of the peasant and petty Bourgeoisie

í gagnrýni sinni á borgarastéttina notuðu þeir mælikvarða bænda og smáborgarastéttar

and from the standpoint of these intermediate classes they take up the cudgels for the working class

og frá sjónarhóli þessara millistétta taka þeir upp kúlu fyrir verkalýðinn

Thus arose petty-Bourgeoisie Socialism, of which Sismondi was the head of this school, not only in France but also in England

Þannig varð til smáborgarastéttarsósíalismi, sem Sismondi var yfirmaður þessa skóla, ekki aðeins í Frakklandi heldur einnig í Englandi

This school of Socialism dissected with great acuteness the contradictions in the conditions of modern production

Þessi skóli sósíalismans krufði af mikilli nákvæmni mótsagnirnar í aðstæðum nútíma framleiðslu

This school laid bare the hypocritical apologies of economists

Þessi skóli afhjúpaði hræsnisfulla afsökunarbeiðni hagfræðinga

This school proved, incontrovertibly, the disastrous effects of machinery and division of labour

Þessi skóli sannaði, óumdeilanlega, hörmulegar afleiðingar véla og verkaskiptingar

it proved the concentration of capital and land in a few hands

það sannaði samþjöppun fjármagns og lands á fáum höndum

it proved how overproduction leads to Bourgeoisie crises

hún sannaði hvernig offramleiðsla leiðir til kreppu borgarastéttarinnar

it pointed out the inevitable ruin of the petty Bourgeoisie and peasant

hún benti á óhjákvæmilega eyðileggingu smáborgarastéttarinnar og bændanna

the misery of the proletariat, the anarchy in production, the crying inequalities in the distribution of wealth

eymd öreigastéttarinnar, stjórnleysi í framleiðslunni, hrópandi ójöfnuður í dreifingu auðs

it showed how the system of production leads the industrial war of extermination between nations

Það sýndi hvernig framleiðslukerfið leiðir iðnaðarstríð útrýmingar milli þjóða

the dissolution of old moral bonds, of the old family relations, of the old nationalities

upplausn gamalla siðferðisbanda, gömlu fjölskyldutengslanna, gömlu þjóðernanna

In its positive aims, however, this form of Socialism aspires to achieve one of two things

Í jákvæðum markmiðum sínum leitast þessi tegund sósíalisma hins vegar við að ná öðru af tvennu

either it aims to restore the old means of production and of exchange

annað hvort miðar það að því að endurreisa gömlu framleiðslu- og skiptiaðferðirnar

and with the old means of production it would restore the old property relations, and the old society

og með gömlu framleiðslutækjunum myndi það endurreisa gömul eignatengsl og gamla samfélagið

or it aims to cramp the modern means of production and exchange into the old framework of the property relations

eða það miðar að því að þrengja nútíma framleiðslu- og skiptimáta inn í gamla ramma eignatengslanna

In either case, it is both reactionary and Utopian

Í báðum tilvikum er það bæði afturhaldssamt og útópískt

Its last words are: corporate guilds for manufacture, patriarchal relations in agriculture

Síðustu orð þess eru: fyrirtækjafélög fyrir framleiðslu, feðraveldistengsl í landbúnaði

Ultimately, when stubborn historical facts had dispersed all intoxicating effects of self-deception

Að lokum, þegar þrjóskar sögulegar staðreyndir höfðu dreift öllum vímuáhrifum sjálfsblekkingar

this form of Socialism ended in a miserable fit of pity

þessi tegund sósíalisma endaði með ömurlegu meðaumkunarkasti

c) German, or "True," Socialism

c) Þýskur, eða "sannur" sósíalismi

The Socialist and Communist literature of France originated under the pressure of a Bourgeoisie in power
Sósíalískar og kommúnískar bókmenntir Frakklands urðu til undir þrýstingi borgarastéttar við völd
and this literature was the expression of the struggle against this power
og þessar bókmenntir voru tjáning baráttunnar gegn þessu valdi
it was introduced into Germany at a time when the Bourgeoisie had just begun its contest with feudal absolutism
hún var kynnt til Þýskalands á þeim tíma þegar borgarastéttin var nýbyrjuð í baráttu sinni við einveldi lénsins
German philosophers, would-be philosophers, and beaux esprits, eagerly seized on this literature
Þýskir heimspekingar, tilvonandi heimspekingar og beaux esprits, gripu ákaft þessar bókmenntir
but they forgot that the writings immigrated from France into Germany without bringing the French social conditions along
en þeir gleymdu því að ritin fluttust frá Frakklandi til Þýskalands án þess að koma frönskum þjóðfélagsaðstæðum með sér
In contact with German social conditions, this French literature lost all its immediate practical significance
Í snertingu við þýskar þjóðfélagsaðstæður misstu þessar frönsku bókmenntir alla hagnýta þýðingu sína
and the Communist literature of France assumed a purely literary aspect in German academic circles
og kommúnískar bókmenntir Frakklands tóku á sig hreina bókmenntalega hlið í þýskum fræðimönnum
Thus, the demands of the first French Revolution were nothing more than the demands of "Practical Reason"

Þannig voru kröfur fyrstu frönsku byltingarinnar ekkert annað en kröfur "hagnýtrar skynsemi"

and the utterance of the will of the revolutionary French Bourgeoisie signified in their eyes the law of pure Will

og yfirlýsing viljayfirlýsingar frönsku byltingarborgarastéttarinnar táknaði í augum þeirra lögmál hins hreina vilja

it signified Will as it was bound to be; of true human Will generally

það táknaði Will eins og það hlyti að vera; af sönnum mannlegum vilja almennt

The world of the German literati consisted solely in bringing the new French ideas into harmony with their ancient philosophical conscience

Heimur þýskra bókmennta fólst eingöngu í því að koma hinum nýju frönsku hugmyndum í samræmi við forna heimspekilega samvisku þeirra

or rather, they annexed the French ideas without deserting their own philosophic point of view

eða réttara sagt, þeir innlimuðu frönsku hugmyndirnar án þess að yfirgefa sitt eigið heimspekilega sjónarmið

This annexation took place in the same way in which a foreign language is appropriated, namely, by translation

Þessi innlimun átti sér stað á sama hátt og erlent tungumál er eignað, nefnilega með þýðingu

It is well known how the monks wrote silly lives of Catholic Saints over manuscripts

Það er vel þekkt hvernig munkarnir skrifuðu kjánalegt líf kaþólskra heilagra yfir handritum

the manuscripts on which the classical works of ancient heathendom had been written

handritin sem klassísk rit fornheiðingja höfðu verið skrifuð á

The German literati reversed this process with the profane French literature

Þýskir bókmenntamenn sneru þessu ferli við með blótsyrðum frönskum bókmenntum

They wrote their philosophical nonsense beneath the French original

Þeir skrifuðu heimspekilegt bull sitt undir frönsku frumritinu

For instance, beneath the French criticism of the economic functions of money, they wrote "Alienation of Humanity"

Til dæmis, undir gagnrýni Frakka á efnahagslega virkni peninga, skrifuðu þeir "Firring mannkynsins"

beneath the French criticism of the Bourgeoisie State they wrote "dethronement of the Category of the General"

undir gagnrýni Frakka á borgarastéttina skrifuðu þeir "afnám flokks hershöfðingjans"

The introduction of these philosophical phrases at the back of the French historical criticisms they dubbed:

Innleiðing þessara heimspekilegu setninga aftan við frönsku sagnfræðigagnrýnina sem þeir kölluðu:

"Philosophy of Action," "True Socialism," "German Science of Socialism," "Philosophical Foundation of Socialism," and so on

"Heimspeki athafna," "Sannur sósíalismi", "Þýsk vísindi um sósíalisma", "Heimspekilegur grundvöllur sósíalisma" og svo framvegis

The French Socialist and Communist literature was thus completely emasculated

Franskar sósíalískar og kommúnískar bókmenntir voru þannig algjörlega afmáðar

in the hands of the German philosophers it ceased to express the struggle of one class with the other

í höndum þýskra heimspekinga hætti hún að tjá baráttu annarrar stéttar við hina

and so the German philosophers felt conscious of having overcome "French one-sidedness"

og því fundu þýsku heimspekingarnir sig meðvitaða um að hafa sigrast á "frönsku einhliða"

it did not have to represent true requirements, rather, it represented requirements of truth

hún þurfti ekki að tákna sannar kröfur, heldur táknaði hún kröfur sannleikans

there was no interest in the proletariat, rather, there was interest in Human Nature

það var enginn áhugi á verkalýðnum, heldur var áhugi á mannlegu eðli

the interest was in Man in general, who belongs to no class, and has no reality

áhuginn var á manninum almennt, sem tilheyrir engri stétt og á sér engan veruleika

a man who exists only in the misty realm of philosophical fantasy

maður sem er aðeins til í þokukenndu ríki heimspekilegrar fantasíu.

but eventually this schoolboy German Socialism also lost its pedantic innocence

en að lokum missti þessi skólastrákur þýski sósíalisminn líka pedantiskt sakleysi sitt

the German Bourgeoisie, and especially the Prussian Bourgeoisie fought against feudal aristocracy

þýska borgarastéttin, og sérstaklega prússneska borgarastéttin, börðust gegn feudal aðalsstétt

the absolute monarchy of Germany and Prussia was also being faught against

var einnig verið að brjótast gegn algjöru konungdæmi Þýskalands og Prússlands

and in turn, the literature of the liberal movement also became more earnest

og aftur á móti urðu bókmenntir frjálslyndu hreyfingarinnar einnig alvarlegri

Germany's long wished-for opportunity for "true" Socialism was offered

Lengi þráð tækifæri Þýskalands til "sanns" sósíalisma bauðst

the opportunity of confronting the political movement with the Socialist demands

tækifæri til að takast á við stjórnmálahreyfinguna með kröfum
sósíalista
**the opportunity of hurling the traditional anathemas against
liberalism**
tækifærið til að varpa hefðbundnum bannorðum gegn
frjálshyggjunni
**the opportunity to attack representative government and
Bourgeoisie competition**
tækifæri til að ráðast á fulltrúastjórn og samkeppni
borgarastéttarinnar
**Bourgeoisie freedom of the press, Bourgeoisie legislation,
Bourgeoisie liberty and equality**
Fjölmiðlafrelsi borgarastéttarinnar, löggjöf
borgarastéttarinnar, frelsi og jafnrétti borgarastéttarinnar
**all of these could now be critiqued in the real world, rather
than in fantasy**
Allt þetta væri nú hægt að gagnrýna í hinum raunverulega
heimi, frekar en í ímyndunaraflinu
**feudal aristocracy and absolute monarchy had long preached
to the masses**
Feudal aðalsstétt og algjört konungsveldi höfðu lengi prédikað
fyrir fjöldanum
**"the working man has nothing to lose, and he has everything
to gain"**
"Vinnandi maðurinn hefur engu að tapa og hann hefur öllu að
vinna"
**the Bourgeoisie movement also offered a chance to confront
these platitudes**
borgarastéttarhreyfingin bauð einnig upp á tækifæri til að
horfast í augu við þessar orðræður
**the French criticism presupposed the existence of modern
Bourgeoisie society**
franska gagnrýnin gerði ráð fyrir tilvist nútíma
borgarastéttarsamfélags
**Bourgeoisie economic conditions of existence and
Bourgeoisie political constitution**

Efnahagsleg tilveruskilyrði borgarastéttarinnar og pólitísk
stjórnarskrá borgarastéttarinnar
the very things whose attainment was the object of the
pending struggle in Germany
einmitt það sem var markmið yfirvofandi báráttu í Þýskalandi
Germany's silly echo of socialism abandoned these goals
just in the nick of time
Kjánalegt bergmál Þýskalands af sósíalisma yfirgaf þessi
markmið rétt á örskotsstundu
the absolute governments had their following of parsons,
professors, country squires and officials
alræðisstjórnirnar höfðu sitt fylgi presta, prófessora,
sveitabónda og embættismanna
the government of the time met the German working-class
risings with floggings and bullets
þáverandi ríkisstjórn mætti uppreisn þýsku verkalýðsstéttar
með barsmíðum og byssukúlum
for them this socialism served as a welcome scarecrow
against the threatening Bourgeoisie
fyrir þeim þjónaði þessi sósíalismi sem kærkomin fuglahræða
gegn ógnandi borgarastétt
and the German government was able to offer a sweet
dessert after the bitter pills it handed out
og þýska ríkisstjórnin gat boðið upp á sætan eftirrétt eftir
beisku pillurnar sem hún dreifði
this "True" Socialism thus served the governments as a
weapon for fighting the German Bourgeoisie
þessi "sanni" sósíalismi þjónaði þannig ríkisstjórnunum sem
vopn í baráttunni gegn þýsku borgarastéttinni
and, at the same time, it directly represented a reactionary
interest; that of the German Philistines
og á sama tíma táknaði það beinlínis afturhaldshagsmuni;
Þýska Filistea
In Germany the petty Bourgeoisie class is the real social
basis of the existing state of things

Í Þýskalandi er smáborgarastéttin hinn raunverulegi félagslegi grundvöllur núverandi ástands

a relique of the sixteenth century that has constantly been cropping up under various forms

minjar um sextándu öld sem stöðugt hefur verið að skjóta upp kollinum í ýmsum myndum

To preserve this class is to preserve the existing state of things in Germany

Að varðveita þessa stétt er að varðveita núverandi ástand í Þýskalandi

The industrial and political supremacy of the Bourgeoisie threatens the petty Bourgeoisie with certain destruction

Iðnaðarleg og pólitísk yfirráð borgarastéttarinnar ógna smáborgarastéttinni með öruggri tortímingu

on the one hand, it threatens to destroy the petty Bourgeoisie through the concentration of capital

annars vegar hótar hún að eyðileggja smáborgarastéttina með samþjöppun fjármagns

on the other hand, the Bourgeoisie threatens to destroy it through the rise of a revolutionary proletariat

á hinn bóginn hótar borgarastéttin að eyðileggja hana með uppgangi byltingarsinnaðs öreigastéttar

"True" Socialism appeared to kill these two birds with one stone. It spread like an epidemic

"Sannur" sósíalismi virtist slá þessar tvær flugur í einu höggi. Það breiddist út eins og faraldur

The robe of speculative cobwebs, embroidered with flowers of rhetoric, steeped in the dew of sickly sentiment

Skikkja íhugandi kóngulóarvefa, útsaumuð með blómum mælskulistar, gegnsýrð af dögg sjúklegra tilfinninga

this transcendental robe in which the German Socialists wrapped their sorry "eternal truths"

þessi yfirskilvitlega skikkja sem þýskir sósíalistar vöfðu sorglegan "eilífan sannleika" sinn í.

all skin and bone, served to wonderfully increase the sale of their goods amongst such a public

allt skinn og bein, þjónaði til að auka dásamlega sölu á vörum sínum meðal slíks almennings

And on its part, German Socialism recognised, more and more, its own calling

Og fyrir sitt leyti viðurkenndi þýskur sósíalismi æ meira eigin köllun

it was called to be the bombastic representative of the petty-Bourgeoisie Philistine

hún var kölluð til að vera sprengjufullur fulltrúi smáborgarastéttarinnar Filistea

It proclaimed the German nation to be the model nation, and German petty Philistine the model man

Hún lýsti því yfir að þýska þjóðin væri fyrirmyndarþjóðin og þýski smáfilistinn fyrirmyndarmaðurinn

To every villainous meanness of this model man it gave a hidden, higher, Socialistic interpretation

Sérhverri illmenni þessa fyrirmyndarmanns gaf það falna, æðri, sósíalíska túlkun

this higher, Socialistic interpretation was the exact contrary of its real character

þessi æðri, sósíalíska túlkun var nákvæmlega andstæða raunverulegs eðlis hennar

It went to the extreme length of directly opposing the "brutally destructive" tendency of Communism

Það gekk svo langt að berjast beint gegn "hrottalega eyðileggjandi" tilhneigingu kommúnismans

and it proclaimed its supreme and impartial contempt of all class struggles

og hún lýsti yfir æðstu og óhlutdrægu fyrirlitningu sinni á allri stéttabaráttu

With very few exceptions, all the so-called Socialist and Communist publications that now (1847) circulate in Germany belong to the domain of this foul and enervating literature

Með örfáum undantekningum tilheyra öll svokölluð rit
sósíalista og kommúnista, sem nú (1847) eru í dreifingu í
Þýskalandi, léni þessara ljótu og pirrandi bókmennta

2) Conservative Socialism, or Bourgeoisie Socialism
2) Íhaldssamur sósíalismi, eða borgarastéttarsósíalismi

**A part of the Bourgeoisie is desirous of redressing social
grievances**
Hluti borgarastéttarinnar þráir að bæta úr félagslegum
kvörtunum
**in order to secure the continued existence of Bourgeoisie
society**
til að tryggja áframhaldandi tilveru borgarastéttarsamfélagsins
**To this section belong economists, philanthropists,
humanitarians**
Til þessa hluta tilheyra hagfræðingar, mannvinir, mannvinir
**improvers of the condition of the working class and
organisers of charity**
bætandi ástand verkalýðsins og skipuleggjendur
góðgerðarmála
members of societies for the prevention of cruelty to animals
Meðlimir félaga til að koma í veg fyrir grimmd gegn dýrum
**temperance fanatics, hole-and-corner reformers of every
imaginable kind**
Hófsemisofstækismenn, umbótasinnar af öllum hugsanlegum
gerðum
**This form of Socialism has, moreover, been worked out into
complete systems**
Þessi tegund sósíalisma hefur ennfremur verið unnin í
fullkomin kerfi
**We may cite Proudhon's "Philosophie de la Misère" as an
example of this form**

Við getum nefnt "Philosophie de la Misère" eftir Proudhon sem dæmi um þetta form

The Socialistic Bourgeoisie want all the advantages of modern social conditions

Sósíalíska borgarastéttin vill alla kosti nútíma þjóðfélagsaðstæðna

but the Socialistic Bourgeoisie don't necessarily want the resulting struggles and dangers

en sósíalíska borgarastéttin vill ekki endilega þá baráttu og hættur sem af því hlýst

They desire the existing state of society, minus its revolutionary and disintegrating elements

Þeir þrá núverandi ástand samfélagsins, að frádregnum byltingarkenndum og sundrandi þáttum þess

in other words, they wish for a Bourgeoisie without a proletariat

með öðrum orðum, þeir óska eftir borgarastétt án öreigastéttar

The Bourgeoisie naturally conceives the world in which it is supreme to be the best

Borgarastéttin hugsar sér náttúrulega þann heim þar sem það er æðst að vera bestur

and Bourgeoisie Socialism develops this comfortable conception into various more or less complete systems

og borgarastéttarsósíalisminn þróar þessa þægilegu hugmynd í ýmis meira og minna fullkomin kerfi

they would very much like the proletariat to march straightway into the social New Jerusalem

þeir myndu mjög gjarnan vilja að öreigastéttin gengi strax inn í hina félagslegu Nýju Jerúsalem

but in reality it requires the proletariat to remain within the bounds of existing society

en í raun krefst það þess að öreigastéttin haldi sig innan marka núverandi samfélags

they ask the proletariat to cast away all their hateful ideas concerning the Bourgeoisie

þeir biðja öreigastéttina að varpa burt öllum hatursfullum
hugmyndum sínum um borgarastéttina

**there is a second more practical, but less systematic, form of
this Socialism**

það er til önnur hagnýtari, en ekki eins kerfisbundin, mynd af
þessum sósíalisma

**this form of socialism sought to depreciate every
revolutionary movement in the eyes of the working class**

Þessi tegund sósíalisma reyndi að gera lítið úr sérhverri
byltingarhreyfingu í augum verkalýðsins

**they argue no mere political reform could be of any
advantage to them**

Þeir halda því fram að engar pólitískar umbætur geti verið
þeim til hagsbóta

**only a change in the material conditions of existence in
economic relations are of benefit**

aðeins breyting á efnislegum tilvistarskilyrðum í
efnahagslegum tengslum er til bóta

**like communism, this form of socialism advocates for a
change in the material conditions of existence**

Líkt og kommúnismi er þessi tegund sósíalisma talsmaður
breytinga á efnislegum skilyrðum tilverunnar

**however, this form of socialism by no means suggests the
abolition of the Bourgeoisie relations of production**

þó bendir þetta form sósíalisma engan veginn til afnáms
framleiðslutengsla borgarastéttarinnar

**the abolition of the Bourgeoisie relations of production can
only be achieved through a revolution**

afnám framleiðslutengsla borgarastéttarinnar er aðeins hægt
að ná með byltingu

**but instead of a revolution, this form of socialism suggests
administrative reforms**

En í stað byltingar leggur þessi tegund sósíalisma til umbóta í
stjórnsýslunni

**and these administrative reforms would be based on the
continued existence of these relations**

og þessar stjórnsýsluumbætur myndu byggjast á
áframhaldandi tilvist þessara samskipta

**reforms, therefore, that in no respect affect the relations
between capital and labour**

umbætur sem hafa ekki áhrif á tengsl fjármagns og vinnuafls

**at best, such reforms lessen the cost and simplify the
administrative work of Bourgeoisie government**

í besta falli draga slíkar umbætur úr kostnaði og einfalda
stjórnsýslustarf borgarastéttarinnar

**Bourgeois Socialism attains adequate expression, when, and
only when, it becomes a mere figure of speech**

Borgaralegur sósíalismi nær fullnægjandi tjáningu, þegar, og
aðeins þegar, hann verður aðeins myndmál

Free trade: for the benefit of the working class

Frjáls viðskipti: í þágu verkalýðsins

Protective duties: for the benefit of the working class

Verndarskyldur: í þágu verkalýðsins

Prison Reform: for the benefit of the working class

Umbætur í fangelsismálum: í þágu verkalýðsins

**This is the last word and the only seriously meant word of
Bourgeoisie Socialism**

Þetta er síðasta orðið og eina alvarlega meinta orðið um
borgarastéttar-sósíalisma

**It is summed up in the phrase: the Bourgeoisie is a
Bourgeoisie for the benefit of the working class**

Það er dregið saman í setningunni: Borgarastéttin er
borgarastétt í þágu verkalýðsins

3) Critical-Utopian Socialism and Communism
3) Gagnrýninn-útópískur sósíalismi og kommúnismi

We do not here refer to that literature which has always given voice to the demands of the proletariat
Hér er ekki átt við þær bókmenntir sem alltaf hafa gefið kröfum öreigastéttarinnar rödd
this has been present in every great modern revolution, such as the writings of Babeuf and others
þetta hefur verið til staðar í öllum stórum nútímabyltingum, svo sem ritum Babeufs og annarra
The first direct attempts of the proletariat to attain its own ends necessarily failed
Fyrstu beinu tilraunir öreigastéttarinnar til að ná eigin markmiðum mistókst óhjákvæmilega
these attempts were made in times of universal excitement, when feudal society was being overthrown
Þessar tilraunir voru gerðar á tímum almennrar spennu, þegar lénssamfélagið var steypt af stóli
the then undeveloped state of the proletariat led to those attempts failing
Óþróað ástand öreigastéttarinnar leiddi til þess að þessar tilraunir mistókust
and they failed due to the absence of the economic conditions for its emancipation
og þeim mistókst vegna skorts á efnahagslegum skilyrðum fyrir frelsun þess
conditions that had yet to be produced, and could be produced by the impending Bourgeoisie epoch alone
aðstæður sem enn átti eftir að skapa og gátu orðið fyrir yfirvofandi borgarastéttartímabil eitt
The revolutionary literature that accompanied these first movements of the proletariat had necessarily a reactionary character

Byltingarbókmenntirnar sem fylgdu þessum fyrstu
hreyfingum öreigastéttarinnar höfðu óhjákvæmilega
afturhaldslegt eðli

**This literature inculcated universal asceticism and social
levelling in its crudest form**

Þessar bókmenntir innrættu algilda ásatrú og félagslega
jöfnun í sinni grófustu mynd

**The Socialist and Communist systems, properly so called,
spring into existence in the early undeveloped period**

Sósíalíska og kommúníska kerfið, sem svo er kölluð, verða til
á fyrstu óþróuðu tímabilinu

**Saint-Simon, Fourier, Owen and others, described the
struggle between proletariat and Bourgeoisie (see Section 1)**

Saint-Simon, Fourier, Owen og fleiri, lýstu baráttu
öreigastéttarinnar og borgarastéttarinnar (sjá kafla 1)

**The founders of these systems see, indeed, the class
antagonisms**

Stofnendur þessara kerfa sjá vissulega stéttaandstæðurnar

**they also see the action of the decomposing elements, in the
prevailing form of society**

þeir sjá einnig virkni niðurbrotsefnanna, í ríkjandi
samfélagsformi

**But the proletariat, as yet in its infancy, offers to them the
spectacle of a class without any historical initiative**

En öreigastéttin býður þeim upp á sjónarspil stéttar án
nokkurs sögulegs frumkvæðis

**they see the spectacle of a social class without any
independent political movement**

þeir sjá sjónarspil þjóðfélagsstéttar án sjálfstæðrar
stjórnmálahreyfingar

**the development of class antagonism keeps even pace with
the development of industry**

þróun stéttaandstæðna heldur í við þróun iðnaðarins

**so the economic situation does not as yet offer to them the
material conditions for the emancipation of the proletariat**

Þannig að efnahagsástandið býður þeim ekki enn efnisleg
skilyrði fyrir frelsi öreigastéttarinnar
**They therefore search after a new social science, after new
social laws, that are to create these conditions**
Þeir leita því að nýjum félagsvísindum, eftir nýjum
félagslegum lögmálum, sem eiga að skapa þessar aðstæður
historical action is to yield to their personal inventive action
sögulegar athafnir eru að láta undan persónulegum
uppfinningaverkum sínum
**historically created conditions of emancipation are to yield
to fantastic conditions**
sögulega skapaðar frelsisaðstæður eiga að víkja fyrir
stórkostlegum aðstæðum
**and the gradual, spontaneous class-organisation of the
proletariat is to yield to the organisation of society**
og hin smám saman, sjálfsprottna stéttaskipulag
öreigastéttarinnar á að víkja fyrir skipulagi samfélagsins
**the organisation of society specially contrived by these
inventors**
skipulag samfélagsins sem þessir uppfinningamenn hafa
sérstaklega skapað
**Future history resolves itself, in their eyes, into the
propaganda and the practical carrying out of their social
plans**
Framtíðarsagan leysist í þeirra augum upp í áróðri og
framkvæmd félagslegra áætlana þeirra
**In the formation of their plans they are conscious of caring
chiefly for the interests of the working class**
Við mótun áætlana sinna eru þeir meðvitaðir um að hugsa
fyrst og fremst um hagsmuni verkalýðsins
**Only from the point of view of being the most suffering
class does the proletariat exist for them**
Aðeins frá því sjónarmiði að vera þjáðasta stétt er öreigastéttin
til fyrir þá
**The undeveloped state of the class struggle and their own
surroundings inform their opinions**

Óþróað ástand stéttabaráttunnar og þeirra eigið umhverfi mótar skoðanir þeirra

Socialists of this kind consider themselves far superior to all class antagonisms

Sósíalistar af þessu tagi telja sig miklu æðri öllum stéttaandstæðum

They want to improve the condition of every member of society, even that of the most favoured

Þeir vilja bæta kjör allra þjóðfélagsþegna, jafnvel þeirra sem best mega sín

Hence, they habitually appeal to society at large, without distinction of class

Þess vegna höfða þeir venjulega til samfélagsins í heild, án aðgreiningar á stéttum

nay, they appeal to society at large by preference to the ruling class

nei, þeir höfða til samfélagsins í heild með því að kjósa frekar valdastéttina

to them, all it requires is for others to understand their system

fyrir þeim þarf það eina sem þarf að aðrir skilji kerfið þeirra

because how can people fail to see that the best possible plan is for the best possible state of society?

Því hvernig getur fólk ekki séð að besta mögulega áætlunin er fyrir besta mögulega ástand samfélagsins?

Hence, they reject all political, and especially all revolutionary, action

Þess vegna hafna þeir öllum pólitískum, og sérstaklega öllum byltingarkenndum, aðgerðum

they wish to attain their ends by peaceful means

þeir vilja ná markmiðum sínum með friðsamlegum hætti

they endeavour, by small experiments, which are necessarily doomed to failure

þeir leitast við með litlum tilraunum, sem eru óhjákvæmilega dæmdar til að mistakast

and by the force of example they try to pave the way for the new social Gospel

og með krafti fordæmis reyna þeir að ryðja brautina fyrir hið nýja félagslega fagnaðarerindi

Such fantastic pictures of future society, painted at a time when the proletariat is still in a very undeveloped state

Þvílíkar stórkostlegar myndir af framtíðarsamfélagi, dregnar upp á tímum þegar öreigastéttin er enn í mjög vanþróuðu ástandi

and it still has but a fantastical conception of its own position

og það hefur enn aðeins ævintýralega hugmynd um eigin stöðu

but their first instinctive yearnings correspond with the yearnings of the proletariat

en fyrstu eðlislægu þrár þeirra samsvara þrám öreigastéttarinnar

both yearn for a general reconstruction of society

Báðir þrá almenna endurreisn samfélagsins

But these Socialist and Communist publications also contain a critical element

En þessi rit sósíalista og kommúnista innihalda einnig mikilvægan þátt

They attack every principle of existing society

Þeir ráðast á allar meginreglur núverandi samfélags

Hence they are full of the most valuable materials for the enlightenment of the working class

Þess vegna eru þeir fullir af dýrmætustu efnum til uppljómunar verkalýðsins

they propose abolition of the distinction between town and country, and the family

þeir leggja til að aðgreiningin milli borgar og sveita verði afnumin og fjölskyldunnar

the abolition of the carrying on of industries for the account of private individuals

afnám iðnrekstrar í þágu einkaaðila

and the abolition of the wage system and the proclamation of social harmony

og afnám launakerfisins og boðun félagslegrar sáttar

the conversion of the functions of the State into a mere superintendence of production

umbreytingu á störfum ríkisins í aðeins eftirlit með framleiðslunni

all these proposals, point solely to the disappearance of class antagonisms

Allar þessar tillögur benda eingöngu til þess að stéttaandstæður hverfi

class antagonisms were, at that time, only just cropping up

Stéttaandstæður voru á þessum tíma aðeins að skjóta upp kollinum

in these publications these class antagonisms are recognised in their earliest, indistinct and undefined forms only

Í þessum ritum eru þessar stéttaandstæður aðeins viðurkenndar í elstu, ógreinilegri og óskilgreindri mynd sinni

These proposals, therefore, are of a purely Utopian character

Þessar tillögur eru því eingöngu útópískar

The significance of Critical-Utopian Socialism and Communism bears an inverse relation to historical development

Mikilvægi gagnrýninn-útópísks sósíalisma og kommúnisma er í öfugu sambandi við sögulega þróun

the modern class struggle will develop and continue to take definite shape

stéttabarátta nútímans mun þróast og halda áfram að taka á sig ákveðna mynd

this fantastic standing from the contest will lose all practical value

Þessi frábæra staða frá keppninni mun missa allt hagnýtt gildi

these fantastic attacks on class antagonisms will lose all theoretical justification

Þessar frábæru árásir á stéttaandstæður munu missa alla fræðilega réttlætingu

the originators of these systems were, in many respects, revolutionary

Upphafsmenn þessara kerfa voru að mörgu leyti byltingarkenndir

but their disciples have, in every case, formed mere reactionary sects

en lærisveinar þeirra hafa í öllum tilvikum aðeins myndað afturhaldssama sértrúarsöfnuði

They hold tightly to the original views of their masters

Þeir halda fast í upprunalegar skoðanir húsbænda sinna

but these views are in opposition to the progressive historical development of the proletariat

en þessi sjónarmið eru í andstöðu við framsækna sögulega þróun öreigastéttarinnar

They, therefore, endeavour, and that consistently, to deaden the class struggle

Þeir leitast því við, og það stöðugt, að deyfa stéttabaráttuna

and they consistently endeavour to reconcile the class antagonisms

og þeir leitast stöðugt við að sætta stéttaandstæðurnar

They still dream of experimental realisation of their social Utopias

Þær dreymir enn um tilraunakennda framkvæmd félagslegra útópía sinna

they still dream of founding isolated "phalansteres" and establishing "Home Colonies"

þá dreymir enn um að stofna einangraða "phalansteres" og stofna "heimanýlendur"

they dream of setting up a "Little Icaria" — duodecimo editions of the New Jerusalem

þá dreymir um að setja upp "Litlu Íkaríu" – duodecimo útgáfur af Nýju Jerúsalem

and they dream to realise all these castles in the air

og þá dreymir um að gera alla þessa kastala í loftinu að veruleika

they are compelled to appeal to the feelings and purses of the bourgeois

þeir neyðast til að höfða til tilfinninga og veskja borgarastéttarinnar

By degrees they sink into the category of the reactionary conservative Socialists depicted above

Smám saman sökkva þeir í flokk afturhaldssamra íhaldssamra sósíalista sem lýst er hér að ofan

they differ from these only by more systematic pedantry

þeir eru aðeins frábrugðnir þessum með kerfisbundnari pedantry

and they differ by their fanatical and superstitious belief in the miraculous effects of their social science

og þeir eru frábrugðnir með ofstækisfullri og hjátrúarfullri trú sinni á kraftaverkaáhrif félagsvísinda sinna

They, therefore, violently oppose all political action on the part of the working class

Þeir eru því harðlega andvígir öllum pólitískum aðgerðum af hálfu verkalýðsins

such action, according to them, can only result from blind unbelief in the new Gospel

slíkar athafnir, samkvæmt þeim, geta aðeins stafað af blindri vantrú á nýja fagnaðarerindið

The Owenites in England, and the Fourierists in France, respectively, oppose the Chartists and the "Réformistes"

Owenítar í Englandi og Fourieristar í Frakklandi, í sömu röð, eru andsnúnir chartistum og "Réformistes"

Position of the Communists in Relation to the Various Existing Opposision Parties
Afstaða kommúnista gagnvart hinum ýmsu andstæðu flokkum sem fyrir voru

Section II has made clear the relations of the Communists to the existing working-class parties
II. kafli hefur skýrt tengsl kommúnista við núverandi verkalýðsflokka

such as the Chartists in England, and the Agrarian Reformers in America
eins og chartistarnir í Englandi og landbúnaðarsiðbótarmennirnir í Ameríku

The Communists fight for the attainment of the immediate aims
Kommúnistar berjast fyrir því að nást markmiðunum

they fight for the enforcement of the momentary interests of the working class
þeir berjast fyrir því að framfylgja augnablikshagsmunum verkalýðsins

but in the political movement of the present, they also represent and take care of the future of that movement
en í stjórnmálahreyfingu nútímans eru þeir einnig fulltrúar og sjá um framtíð þeirrar hreyfingar

In France the Communists ally themselves with the Social-Democrats
Í Frakklandi ganga kommúnistar í bandalag við sósíaldemókrata

and they position themselves against the conservative and radical Bourgeoisie
og þeir stilla sér upp gegn íhaldssamri og róttækri borgarastétt

however, they reserve the right to take up a critical position in regard to phrases and illusions traditionally handed down from the great Revolution
þó áskilja þeir sér rétt til að taka gagnrýna afstöðu með tilliti til frasa og blekkinga sem hefð er fyrir frá byltingunni miklu

In Switzerland they support the Radicals, without losing
sight of the fact that this party consists of antagonistic
elements

Í Sviss styðja þeir róttæklingana, án þess að missa sjónar á því
að þessi flokkur samanstendur af andstæðingum

partly of Democratic Socialists, in the French sense, partly of
radical Bourgeoisie

að hluta til af lýðræðislegum sósíalistum, í frönskum skilningi,
að hluta af róttækri borgarastétt

In Poland they support the party that insists on an agrarian
revolution as the prime condition for national emancipation

Í Póllandi styðja þeir flokkinn sem krefst
landbúnaðarbyltingar sem aðalskilyrði þjóðfrelsis

that party which fomented the insurrection of Cracow in
1846

flokkurinn sem kynti undir uppreisninni í Kraká árið 1846

In Germany they fight with the Bourgeoisie whenever it acts
in a revolutionary way

Í Þýskalandi berjast þeir við borgarastéttina hvenær sem hún
hegðar sér á byltingarkenndan hátt

against the absolute monarchy, the feudal squirearchy, and
the petty Bourgeoisie

gegn algjöru konungsveldinu, lénsríkinu og
smáborgarastéttinni

But they never cease, for a single instant, to instil into the
working class one particular idea

En þeir hætta aldrei, eitt andartak, að innræta verkalýðnum
eina ákveðna hugmynd

the clearest possible recognition of the hostile antagonism
between Bourgeoisie and proletariat

skýrasta mögulega viðurkenning á fjandsamlegri andstöðu
borgarastéttar og öreigastéttar

so that the German workers may straightaway use the
weapons at their disposal

svo að þýskir verkamenn geti strax notað þau vopn sem þeir
hafa yfir að ráða

the social and political conditions that the Bourgeoisie must
necessarily introduce along with its supremacy
félagslegum og pólitískum aðstæðum sem borgarastéttin
verður óhjákvæmilega að innleiða ásamt yfirburðum sínum
the fall of the reactionary classes in Germany is inevitable
fall afturhaldsstéttanna í Þýskalandi er óumflýjanlegt
and then the fight against the Bourgeoisie itself may
immediately begin
og þá gæti baráttan gegn borgarastéttinni sjálfri hafist þegar í
stað
The Communists turn their attention chiefly to Germany,
because that country is on the eve of a Bourgeoisie
revolution
Kommúnistar beina athygli sinni aðallega að Þýskalandi,
vegna þess að það land er á barmi borgarastéttarbyltingar
a revolution that is bound to be carried out under more
advanced conditions of European civilisation
byltingu sem hlýtur að fara fram við þróaðri aðstæður
evrópskrar siðmenningar
and it is bound to be carried out with a much more
developed proletariat
og það hlýtur að fara fram með miklu þróaðri öreigastétt.
a proletariat more advanced than that of England was in the
seventeenth, and of France in the eighteenth century
öreigastétt, lengra komin en í Englandi, var á sautjándu öld og
Frakklands á átjándu öld
and because the Bourgeoisie revolution in Germany will be
but the prelude to an immediately following proletarian
revolution
og vegna þess að borgarabyltingin í Þýskalandi verður aðeins
undanfari öreigabyltingar sem fylgir strax í kjölfarið
In short, the Communists everywhere support every
revolutionary movement against the existing social and
political order of things

Í stuttu máli, kommúnistar styðja alls staðar sérhverja
byltingarhreyfingu gegn ríkjandi félagslegri og pólitískri
skipan

**In all these movements they bring to the front, as the leading
question in each, the property question**

Í öllum þessum hreyfingum draga þeir fram á sjónarsviðið,
sem aðalspurninguna í hverri og einni, eignaspurninguna

**no matter what its degree of development is in that country
at the time**

Sama hversu mikill þróun þess er í því landi á þeim tíma

**Finally, they labour everywhere for the union and
agreement of the democratic parties of all countries**

Loks vinna þeir alls staðar fyrir sameiningu og samkomulag
lýðræðisflokka allra landa

The Communists disdain to conceal their views and aims

Kommúnistar fyrirlíta að leyna skoðunum sínum og
markmiðum

**They openly declare that their ends can be attained only by
the forcible overthrow of all existing social conditions**

Þeir lýsa því yfir opinberlega að markmiðum þeirra verði
aðeins náð með því að kollvarpa öllum núverandi
þjóðfélagsaðstæðum með valdi

Let the ruling classes tremble at a Communistic revolution

Látum valdastéttina skjálfa yfir kommúnískri byltingu

The proletarians have nothing to lose but their chains

Öreigarnir hafa engu að tapa nema fjötrum sínum

They have a world to win

Þeir hafa heiminn að vinna

WORKING MEN OF ALL COUNTRIES, UNITE!

VINNANDI MENN ALLRA LANDA, SAMEINIST!